மனம் மறக்கா அமெரிக்கா

(ஒரு சமுதாய ஊழியனின் பயணக் குறிப்புகள்)

பேராசிரியர் முனைவர்

ஜெ. ஹாஜாகனி

நன்னூல்

பதிப்பகம்

மணலி-610203

திருத்துறைப்பூண்டி

மனம் மறக்கா அமெரிக்கா
(பயண இலக்கியம்)
நூலாசிரியர்: **ஹாஜாகனி** ©
முதல் பதிப்பு: டிசம்பர்-2023
பக்கங்கள்: 188

வெளியீடு:
நன்னூல் பதிப்பகம்
தொடர்பு எண்: 99436 24956
மணலி, திருத்துறைப்பூண்டி - 610 203
nannoolpathippagam@gmail.com

விலை ரூ.250

MANAM MARAKKAA AMERICA
(Travel Literature)
Author: **Hajagani** ©
First Edition: December-2023
Pages: 188

Published by:
Nannool Pathippagam
Contact No. 99436 24956
Manali, Thiruthuraipoondi - 610203
nannoolpathippagam@gmail.com

ISBN 978-93-94414-48-8
Price: ₹ 250

அட்டை, உள்பக்க வடிவமைப்பு: சு. கதிரவன்

Printed at : ASX Printers, Chennai - 5.

சமர்ப்பணம்

அலைகடல் கடந்து
அயல்நாடுகளில்
அன்னைத் தமிழ் வளர்க்கும்
அன்புள்ளங்களுக்கு...

அணிந்துரை

அழகான குறுக்குவெட்டுத் தோற்றம்..!
ஆரூர்பாஸ்கர்

கவிஞர், பேராசிரியர், பேச்சாளர், எழுத்தாளர், சமுதாய இயக்கத் தலைவர், மனிதஉரிமைக் களச் செயல்பாட்டாளர், இதழியலாளர் எனப் பன்முத்தன்மை கொண்ட ஹாஜாகனி எனது பள்ளித்தோழர்.

அவரை ஒற்றை இலக்க வயதில் இருந்து நான் அறிவேன்.

அவருடைய அமெரிக்கப் பயண அனுபவங்கள், "மனம் மறக்கா அமெரிக்கா" எனும் நூலாக வெளிவருவது மகிழ்ச்சி.

இந்த அழகிய பயணநூலுக்கு அணிந்துரை எழுத அளித்திருக்கும் இந்த வாய்ப்புக்கும் நன்றி.

மேடைப்பேச்சின் லாவகத்தை நன்கு தெரிந்த நண்பர் நேர்பேச்சிலும், தொலைபேசியிலும் இரசிக்கும் படியாக பேச வல்லவர். பழக இனிமையானவர்.. அதிலும் குறிப்பாக ஆங்கிலத்தில் pun என்பார்களே சிலேடை அதுபோன்ற வார்த்தை விளையாட்டில் வல்லவர் நண்பர் பேராசிரியர் ஹாஜாகனி.

இதில் தமிழில் பல முன்னோடிகள் இருந்தாலும் அவருக்கு முன்னோடி கவிஞர் வாலி என நினைக்கிறேன். காவியக் கவிஞர் வாலி பற்றி பல குறிப்புகள் இருந்தாலும் இந்தக் குறிப்பு பரவலாக அறியப்பட்ட ஒன்றுதான். தெரியாதவர்களுக்காக..

ஒருமுறை கோயில் யானை ஒன்றுக்கு நெற்றியில் நாமம் போடுவது வடகலையா? தென்கலையா? என்ற சிக்கல் வந்தது. இந்த விவகாரம் நீதிமன்றம்வரை போனது.

ஆனால், அதற்குள் அந்த யானை கட்டை அவிழ்த்துக் கொண்டு ஒருநாள் அங்கிருந்து ஓடிவிட்டது. உடனே நாளிதழ்கள், யானைக்கு மதம் பிடித்து விட்டதால் ஓடிவிட்டது என எழுதினார்கள். ஆனால், கவிஞர் வாலியோ யானைக்கு "மதம்" பிடிக்கவில்லை ஓடிவிட்டது என்றார்.

அதுபோல, நண்பர் அமெரிக்காவில் எனது இல்லம் வந்திருந்தபோது நடந்த ஒரு நிகழ்ச்சியை இங்கு பகிர்வது பொருத்தமாக இருக்கும்.

ஒருநாள் பேராசிரியரை ஒரு நேர்காணல் செய்து யூடியுபில் வெளியிடலாமே எனும் ஒரு யோசனை எனக்கு வந்தது.

அன்று காலை வீட்டில் உணவருந்தும் நேரத்தில் சொன்னேன், 'நான் உங்களை நேர்காணல் செய்வேன். ஆனால் கேள்விகளை முன்கூட்டியே சொல்ல மாட்டேன்' என்றேன். அவரோ, தயக்கம் எதுவுமின்றி 'அதனால் என்ன, நீங்க என்னத்தை கேட்டாலும் நான் எனது எண்ணத்தைத்தானே சொல்வேன்' எனச் சொல்லி சிரிக்க வைத்தார். பிறகு கொஞ்ச நேரம் பேசிக்கொண்டிருந்தோம்.

இறுதியில் விருந்தோம்பல் செய்யும் நோக்கில் எனது மனைவி கொண்டுவந்து நீட்டிய இனிப்பு கிண்ணத்தை "நன்றி" என வாங்கியவர்.

Pls share 'half of this sweet made by your better half!' என பாதி இனிப்பை எனக்குத் தந்து ஆங்கிலத்திலும் தன் முத்திரையைப் பதித்தார்.

அதுபோல பல தித்திக்கும் பல தருணங்கள் அவருடன் எனக்கு உண்டு.

அதே நகைச்சுவை உணர்வு குறையாமல் தனது அமெரிக்க பயண அனுபவங்களை சிறப்பாக எழுத்தாக்கியிருக்கிறார்

நண்பர். இந்தத் தருணத்தில் அமெரிக்கா குறித்து கொஞ்சம் சொல்வது பொருத்தமாக இருக்கும்.

அமெரிக்கா உலக அரங்கில் மிகப்பெரிய வலிமையானதொரு தேசம். பொருளாதார, ராணுவ ரீதியில் சர்வ வல்லமை பொருந்திய வல்லரசு. இயற்கை வளங்களால் தன்னிறைவு பெற்ற ஒரு நாடு. தொழில்நுட்பத்தில் உலக முன்னோடி. உலகின் தவிர்க்க முடியாததொரு சக்தி. என்றெல்லாம் பேசப் படுகிறது. அதெல்லாம் எந்த அளவுக்கு உண்மையோ அதே அளவு உண்மை அமெரிக்கா இயற்கைப் பேரழிவுகளால் ஆசிர்வதிக்கப்பட்ட(?) ஒரு தேசம் என்பதும் கூட.

அந்த வகையில் ஃபிளாரிடா மாகாணத்தை 2017-இல் உலுக்கிய இர்மா எனும் பெருஞ்சூறாவளியை எதிர்கொண்ட எனது அனுபவம் ‘இர்மா’ எனும் புதினமாகி (நாவல்) இருக்கிறது. எழுத்து பிரசுரத்தின் வெளியீட்டில் வந்த அந்த நூலை வாய்ப்புள்ளவர்கள் வாசியுங்கள .

இதை எழுதிக்கொண்டிருக்கும் இந்த அதிகாலை நேரத்தில் (ஃபிளாரிடா, 2023, டிசம்பர், 12) மிதமான சூறாவளிக் காற்று வீசிக் கொண்டிருக்கிறது. அதுபோல, இதை எழுதிக்கொண்டு இருக்கும் நேரத்தில் சராசரியாக அமெரிக்காவில் எத்தனை துப்பாக்கிச் சூடுகள் நடந்தேறியிருக்கும் எனத் தெரியவில்லை. இதுபோன்ற கணக்கீடுகளை, அரசியல் காழ்ப்புணர்வுகளை அமெரிக்காவின் நீள அகலங்களை நண்பர் ஹாஜாகனியின் இந்த நூல் விரிவாகப் பேசும் என நீங்கள் நினைக்கவேண்டிய தில்லை.

மாறாக இந்தநூல் தமிழகத்தில் இருந்து அமெரிக்கா வந்து சென்ற குறுகிய காலத்தில் நண்பர் சந்தித்த மனிதர்கள், நிலக்காட்சிகள் போன்ற அனுபவக்குறிப்புகள் ‘மனம் மறக்கா அமெரிக்கா’ எனும் இந்தப் பயணநூலில் பதிவாகி இருக்கிறது.

பொதுவாகப் பயணம் என்பதே புதிய மனிதர்களை, புதிய சூழலில், புதிய இடத்தில் சந்திக்க சாத்தியப்படுத்துவது தானே. அது ஒருவருக்குத் தரும் மனத்திறப்பு என்பது அபாரமானது.

புதிய வெளிச்சத்தில் நமது உள்ளங்கையை நாமே பார்த்து திகைக்க வைப்பது.

தமிழில் பயண இலக்கியங்களுக்கு நீண்ட நெடிய வரலாறு இருக்கிறது. ஏன் சிலப்பதிகாரத்தில் புகாரில் இருந்து மதுரை நோக்கி செல்லும் கோவலனும், கண்ணகியும். ஏன் சிலப்பதி காரத்தில் புகாரில் இருந்து மதுரை நோக்கி செல்லும் கோவலனும், கண்ணகியும் சந்திக்கும் அனுபவங்களே சிறந்த பயணக்குறிப்பு தானே. அந்தக் குறிப்புகளில் இருந்து பண்டைய தமிழகத்தின் நிலப்பரப்பின் தன்மை, அங்கே விளைந்த பயிர்கள், சந்தித்த மனிதர்கள், வாழ்க்கைச்சூழல் போன்ற பலவற்றை நம்மால் அறிந்துகொள்ள முடிகிறதே.

தற்காலத்தில் ஏகே செட்டியார், கல்கி, லேனா தமிழ்வாண னுக்குப் பிறகு இன்று அந்தச் சங்கிலி ஏனோ அறுந்துவிட்டது போல எனத் தோன்றும் குறை நீங்கும் வகையில் சமீபத்தில் வந்திருக்கும் நூலாகவே இதைப் பார்கிறேன்.

இன்று கல்வி, சுற்றுலா, வேலை என அலுவல் முறையிலும், தனிப்பட்ட முறையிலும் பல இலட்சம் பேர் அமேரிக்கா வந்து சென்றாலும் தங்களுடைய பயண அனுபவக்குறிப்புகளை பதிவு செய்தவர்கள் மிகக்குறைவு. அந்தவகையில் வந்தார்கள் சென்றார்கள் என்றில்லாமல் தன்னுடைய பார்வையில் அமெரிக்கா குறித்து அழகிய தமிழில் எழுதியிருக்கிறார்.

இந்த நூலின் வழியாக அமெரிக்கா குறித்தும், அமெரிக்கா வாழ் தமிழர்கள் குறித்தும் குறுக்கு வெட்டாக ஒரு அழகிய பிம்பம் வாசிப்பவர்களுக்குக் கிடைத்தால் மகிழ்ச்சி.

நண்பர் ஹாஜாகனிக்கு எனது நெஞ்சம் நிரம்பிய வாழ்த்துகள்!

அன்புடன்,

12.12.2023
ஃப்புளோரிடா, அமெரிக்கா

ஆரூர்பாஸ்கர்
அமெரிக்கா வாழ் முன்னணி எழுத்தாளர்,
கணினி தொழில்நுட்ப நிபுணர்

அணிந்துரை

பயன்மிக்கப் பயண இலக்கியம்..!

பேரா.முனைவர் எம்.எச்.ஜவாஹிருல்லா, ச.ம.உ

நீர் கூறும் (அவர்களிடம்): '(சற்று) பூமியைச் சுற்றிப் பாருங்கள், பிறகு சத்தியத்தைப் பொய்யென்று உரைத்தவர்களின் முடிவு என்னவாயிற்று என்பதைக் கவனியுங்கள்!' (06:11)

இறைவனை பொய்ப்பித்து நடந்தவர்களுக்கு வேதனை எவ்வாறு இருந்தது என்று பார்ப்பதற்கும் அதன் மூலம் படிப்பினை பெறுவதற்கும் இறைவன் சுற்றுப்பயணத்தை தூண்டுவதனை இங்கு உணர முடிகிறது.

முன்சென்ற சமூகத்தில் அதிகம் படிப்பினையினைப் பெறவும் பயணம் அவசியமாகின்றது. பொதுவாகவே பயணக் கதைகள் தமிழ்நாட்டில் ராணுவ வீரர்களால் உருவாக்கப் பட்டவை என்பதற்கான கல்வெட்டு ஆதாரங்கள் உள்ளன என்று ஆய்வாளர்கள் சொல்கிறார்கள்.

தம்பி ஹாஜா கனி அவர்களும் தமுமுக என்னும் பேரியக்கத்தின் ராணுவ வீரர்களில் ஒருவர். பலரும் பல நாடுகளுக்குச் செல்கிறார்கள் ஆனால் எல்லோரும் பயணக் கட்டுரை எழுதுவதில்லை. எழுதவும் முடியாது.

தம்பி ஹாஜா கனி அவர்களுக்கு இலக்கிய ஈடுபாடு இருந்ததன் காரணமாகவே இந்தப் பயண கட்டுரை நூலாக அமைய சாத்தியமாகி இருக்கிறது.

'யான் பெற்ற இன்பம் பெறுக இவ்வையகம்' என்பதை போல அமெரிக்காவில் அவர் கண்டுணர்ந்த இன்பங்களை வாசகர்களுக்குப் பகிர்ந்து இன்புற்றுள்ளார்.

நான் ஆசிரியராக பொறுப்பேற்றுள்ள மக்கள் உரிமை வார இதழில் தொடராக வெளிவந்து பெரும் வரவேற்பை பெற்ற கட்டுரைகள் இப்போது நூல் வடிவம் பெற்று இருப்பதில் ஹாஜாகனிக்கு ஏற்பட்டிருக்கும் மகிழ்ச்சிக்கு இணையான மகிழ்ச்சி எனக்கும் ஏற்பட்டுள்ளது. தெளிந்த நீரோடை போன்ற மிக நல்ல நடையுடன் சுவையாக எழுதி இருப்பது பாராட்டுக்குரியது.

அமெரிக்கா செல்வதற்கு முன் அவர் சந்தித்த இடர்பாடுகளை எழுத்துகளாக எளிதில் பதிந்து விட்டார். ஆனால் நடை முறையில் அனுபவித்த சிரமங்கள் சொல்லில் அடங்காதவை.

இந்த நூல் முழுக்க அவரை அழைத்துச் சென்ற தோழமைகள் குறித்தும் எழுதியிருப்பார். நல்ல தோழமை அமைவது என்பது இறைவனின் அருள். ஹாஜா கனிக்கு இறையருள் நிரம்ப வாய்த்திருக்கிறது.

தமிழ்நாட்டில் மட்டுமல்ல உலக அளவில் எல்லா நாடு களிலும் அவருக்கு அவரது தமிழால் தோழமைகள் உண்மை யுடனும் உயிர்ப்போடும் அமைந்து விடுவர். அமெரிக்காவில் உள்ள பள்ளிவாசல்கள் குறித்த பதிவுகள் அங்கு தொழுகை நடக்கும் விதம் போன்றவை தமிழ் வாசகர்கள் அறிந்து கொள்ள வேண்டிய விடயங்கள்.

ஒவ்வொரு பயணமும் ஒவ்வொரு அனுபவம்.

தனது அனுபவங்களை வாசகர்களுக்கு கடத்தும் அற்புதமான முயற்சியில் முனைவர் ஹாஜா கனி வெற்றி பெற்றிருக்கிறார். இந்த சமுதாய ஊழியனின் பயணக் குறிப்புகள் பயனுள்ளவை.

– பேரா.முனைவர் எம்.எச்.ஜவாஹிருல்லா, ச.ம.உ
மனிதநேய மக்கள் கட்சித் தலைவர்

வாழ்த்துரை

இது இதயங்களை இணைக்கும் இனிய பயணம்

'கலைமாமணி' வீ.கே.டி.பாலன்

பேராசிரியர் முனைவர் ஜெ. ஹாஜாகனி அவர்களால் எழுதப்பட்ட அவரது நேரடி அனுபவத்தில் ஆன பயணக் கட்டுரை "மனம் மறக்கா அமெரிக்கா".

வாழ்த்துரை தாருங்கள் என்று அவர் என்னை அணுகிய போது மகிழ்ச்சியுடன் ஒத்துக் கொண்டேன்.

பயணம் மற்றும் அதனுள் அடக்கப்பட்டிருக்கும் சுற்றுலா ... எனது உயிர் மூச்சு; என் வாழ்க்கை; மனித வாழ்க்கையில் பயணத்தை கழித்து விட்டால், அவன் ஐந்தறிவு படைத்த மிருகமே.

பயணம் - அதுவே பகுத்தறிவின் தேடல்; மானுட வளர்ச்சியின் அதிசயம், இதன் அனுபவங்கள் அற்புதம். மொத்தத்தில் ஒவ்வொரு மனிதனின் சுயசரிதையாகும்.

பயணம் செய்யாத மனிதனது வாழ்க்கை இறைக்காத கிணறு போன்றது. அந்த நீர் உபயோகப்படாது. இறைக்கப் போனாலும் விஷவாயு தாக்கப்பட்டு இறந்து போவார்கள்.

அவன் சாதி வெறி, மதவெறி, மொழி வெறி, குறுகிய அரசியல், போலி நாட்டுப் பற்று கொண்டவனாகவே இருப்பான். தேசப்பற்று என்று சொல்வதுகூட ஒருவித

அயோக்கியத்தனம்தான். மனித குருதியினால் தானே தேச எல்லைகள் வரையப்பட்டு இருக்கிறது.

மனித குலத்தில் வன்மமும், வஞ்சகமும் அற்ற ஒரு வாழ்க்கையை புரிந்து கொள்ள பயணம் பல்வேறு வழிகாட்டல்களை கொடுக்கும்.

பயணம்... வானுக்கும் பூமிக்கும் இன்னும் பல கிரகங்களுக்கு இடையேயும் நடைபெறும் அற்புதம்.

இந்த நூலின் மூலம் படைப்பாளர்,

- அமெரிக்க விசா கிடைத்ததில் ஏற்பட்ட சிரமங்கள்,
- டிஷ்யூ பேப்பர்ஸ்சை உபயோகிப்பதில் கழிப்பறைகளில் பட்ட அவஸ்தை,
- தொலைபேசியை இணைத்துக்கொள்ள அவர் பட்ட பாடு,
- ஃபெட்னாவில் *(FETNA)* பலரும் பேசிய பேச்சு; குறிப்பாக அமெரிக்காவில் குடியேறிய நடிகர் நெப்போலியன் பேச்சு,
- அமெரிக்காவில் உள்ள சில தேவாலயங்களை அமெரிக்கர் களிடமிருந்து விலைக்கு வாங்கி பள்ளிவாசல் தலமாக நடத்தும் இஸ்லாமியர்களின் நல்லிணக்கம்,
- உலகின் மிகப் பெரிய கடற்கரையான மியாமி கடற்கரையில் அனுபவம்,
- தாகத்துக்கு பணம் கொடுத்தும் தண்ணீர் வாங்கிக் கொள்ள முடியாத தவிப்பு.
- இஸ்லாமியர்கள் மசூதிகளில் இருந்து அமெரிக்காவில் உள்ள ஏழை மக்களுக்கு தினமும் சுவையான தரமான உணவு கொடுத்து மனிதநேயத்துடனும், சமூக ஒற்றுமையோடும் வாழ்கிறார்கள்,
- சுதந்திரதேவி சிலையை பற்றி வரலாற்று குறிப்புகள்,

இன்னும் ஏராளமான செய்திகள்.

இப்புத்தகத்தை வாசிப்பவர்களை தன் கையைப் பிடித்துக் கொண்டு அழைத்துச் செல்லும் அனுபவத்தை சொல்லும் நடை.

காகிதம், அச்சு, வடிவமைப்பு, விலை, வாங்குபவர்களுக்கு மகிழ்ச்சி தரக்கூடியது.

இப்புத்தகத்தை வாசிக்கும் அத்தனை வாசகர்களும் தங்கள் பயணத்தைப் புத்தகமாக எழுத வேண்டும் எனும் எண்ணத்தை அவர்களுக்குள் உருவாக்கும்.

தமிழில் நிறைய பயணக் கட்டுரை நூல்கள் வெளிவர வேண்டும்.

அந்நூல்கள் பரந்த அனுபவத்தையும் அறிவையும் நிச்சயமாக சமூகத்துக்கு தரும் என நம்புகிறேன்.

இப்புத்தக ஆசிரியர் பேராசிரியர் முனைவர் ஜெ.ஹாஜாகனி அவர்களைப் பற்றி மேலும் மேலும் பேச வைக்கும்.

மேலும் பல தேசங்களுக்கு அவர் செல்ல வேண்டும்.

தனது அனுபவத்தையும், அறிவையும் அள்ளித் தர வேண்டும் என மனமுவந்து வாழ்த்துகிறேன்.

நன்றி - வணக்கம்.

— 'கலைமாமணி' வீ.கே.டி.பாலன்
நிறுவனர்
மதுரா டிராவல் சர்வீஸ் (பி) லிமிட்.
தொலைபேசி இலக்கம் – 9841078674
ஈ-மெயில் – balan@maduratravel.com

வாழ்த்துரை

பேரருளாக...!

முனைவர் கே.அன்சாரி

அளவற்ற அருளாளனும் நிகரற்ற அன்பாளன் அல்லாஹ்வின் பெயர் போற்றி எனது வாழ்த்துரையை ஆரம்பம் செய்கிறேன். அல்லாஹ்விற்காக ஒருவரை நேசித்தால் அல்லாஹ் அவரை நேசிக்கிறான் என்பது நபிமொழி.

மனிதன் பிறந்து வளர்ந்து பள்ளிப்பருவம் முதல் தனது வாழ்நாள்களில் கடந்த காலங்களை மனத்திரையில் ஓட விட்டுப் பார்த்தால், அவனை புன்னகைப் பூக்க வைக்கும் நிகழ்வுகளில் நட்புக்கு முதன்மையான இடமுண்டு.

அந்த வகையில் இறைவனால் எனக்கு வழங்கப்பட்ட பல பேரருள்களில் ஒன்று பேராசிரியர் ஹாஜாகனி அவர்களை நண்பனாக அல்லாஹ் எனக்கு வழங்கியது. அல்லாஹ்விற்கே எல்லாப் புகழும்.

நண்பர் தனது அமெரிக்கப் பயணத்தின் ஆரம்பப் புள்ளியிலிருந்து திரும்பி வந்தது வரை விவரித்துள்ளார்.

அமெரிக்க விசா பெறுவதற்குத் தான்பட்ட துன்பங்களைக் கூட வாசகனின் மனங்களுக்கு கடத்தாமல் நகைச்சுவையுடன் கூறியுள்ளது வரவேற்கத்தக்கது.

ஆயினும் விசா பெறுவதற்கு அவர் பட்ட சிரமங்கள் பலருடைய அனுபவங்கள் என்பதை முயன்றவர்கள் ஒப்புக்

கொள்வார்கள். குறிப்பாக நான் அமெரிக்கா செல்லும் பொழுது பேராசிரியர் அனுபவங்களை எனக்கு வழிகாட்டுதலாக வழங்கியதன் அடிப்படையில் இவர் சென்ற அடுத்த வருடத்தில் என்னால் துரிதமான முறையில் விசா பெற்று சிறப்பான முறையில் அமெரிக்கா சென்றுவர வழிகாட்டியது.

இந்த நூலில் பல இடங்கள் என்னைச் சிலிர்க்க வைத்தன. அவற்றை இங்கே விவரித்தால் வாழ்த்துரை விரிவுரையாக மாறிடும் ஆபத்து உள்ளது.

அமெரிக்கர்கள் இந்தியர்களை நடத்தும் விதம் குறித்து பல எதிர்மறை செய்திகளைக் கேள்விப்பட்டுள்ள நம் எண்ணத்திற்கு ஏமாற்றம் தருவதாக அவர்களின் நேர்மறை செயல்பாடுகள் இருப்பதை நான் சென்றபோது அனுபவித்து வியந்தேன்.

அதையே பேராசிரியரும் உறுதிப்படுத்தியுள்ளார்.

அடக்குமுறைக்கு எதிரான போராட்டங்களில் தொடர்ந்து செயல்பட்டு வருபவர் பேராசிரியர். அதை தனது நூலில் பல்வேறு இடங்களில் மறைமுகமாக ஆனால் பட்டவர்த்தனமாக தெரிவித்துள்ளார்.

உதாரணமாக, அமெரிக்காவின் சுதந்திர தேவி சிலையின் செய்தியில் பல நாடுகளின் சுதந்திரத்தை சிலையாக நிற்க வைத்ததில் அமெரிக்காவின் வெளியுறவு கொள்கைக்கு பெரும்பங்குண்டு என்பதைத் தெரிவித்துள்ளார்.

இது என்னை சிறிது நேரம் சிந்தனையில் உறையச் செய்துவிட்டது.

188 பக்கங்களில் 24 அத்தியாயங்களாகப் பிரித்தாளப் பட்டுள்ளது இந்த நூல். ஒவ்வொரு அத்தியாயம் முடிவுறும் போதும் ஒரு திருப்பத்தை சஸ்பென்ஸ் ஆக வைத்துச் செல்வது தொலைக்காட்சி நாடகத் தொடர்களை ஞாபகப்படுத்தினாலும் இரசிக்க வைக்கிறது.

எதிர்மறை நிகழ்வுகளையும் அதனால் ஏற்படும் மன அழுத்தங்களையும் கூட இறைவனிடம் விட்டுவிட்டு எளிதாகக் கடந்து போவது எல்லோருக்கும் அமையாது.

தனக்கு உதவியவர்களை ஒருவர் விடாமல் பதிவு செய்துள்ள பேராசிரியர் உபத்திரவம் அளித்தவர்களை இனிவரும் காலத்திலாவது அவர்கள் திருந்திக் கொள்வார்கள் என்ற நம்பிக்கையில் யாரையும் குறிப்பிடாதது அவரது பெருந்தன்மை.

அனைத்து நேரங்களிலும் தனக்கு எதிரான சூழ்நிலைகள் தனக்கு உகந்த சூழ்நிலைகளாக மாறும்போதெல்லாம் இறைவனுக்கு நன்றி செலுத்த அவர் தவறவில்லை.

மறைந்த வார்த்தைச் சித்தர் வலம்புரி ஜான் அவர்களை விஞ்சிய வார்த்தை விளையாட்டுகளில் பேராசிரியர் பல இடங்களில் களை கட்டுகிறார்.

உதாரணமாக, தூரிகை குரலோன் பி.எஸ். அப்துல் ஹமீது அவர்கள் தனது சிம் கார்டை கழட்டுவதற்கு வழங்கிய பின்னை குறிப்பிடும்போது அன்'பின்' அடையாளம் எனக் குறிப்பிடுவது யோசிக்க வைக்கும் வார்த்தை.

மொத்தத்தில் இந்த நூல் மிகப்பெரும் அனுபவக் கல்வியையும் வரலாற்று பதிவுகளையும் புள்ளி விவரங்களையும் நகைச் சுவையையும் உள்ளடக்கி அறுசுவை உணவாக உள்ளத்தை தித்தித்திட வைக்கிறது.

அவரது பணி மென்மேலும் தொடர வல்ல இறைவனை பிராத்திக்கிறேன்.

உங்கள் அன்புக்குரிய,

முனைவர் K. அன்சாரி

தலைவர் – ST கூரியர் குழுமம்

வாழ்த்துரை

புரிதல் தரும் பயண நூல்..!

நிலாமுதீன்

பேராசிரியர் முனைவர் ஜெ. ஹாஜாகனி பன்முகத் திறமை கொண்டவர்.

சன்மார்க்கத் தொண்டனாக பொது வாழ்வை துவங்கி, தமிழ் மீது கொண்ட காதலால் கவிஞராகி, எழுத்தாளராகி, முனைவராகி, சமூக பொறுப்புள்ள தலைவராகி நல்ல பல செயல்களை தொடர்ந்து செய்து வருபவர்.

பல கவிதை புத்தகங்கள், கட்டுரைகள் அவர்கள் எழுதி இருந்தாலும், மனம் மறக்கா அமெரிக்கா சற்று வித்தியாசமானது தான்.

அமெரிக்கா - இஸ்லாம் -முஸ்லிம் பற்றிய புரிதல் இல்லாமல் அல்லது தவறான புரிதல் கொண்டுள்ள தமிழ் மக்களுக்கு இந்த நூல் ஒரு வித்தியாசமான கண்ணோட்டம் தரும் என நம்புகிறேன்.

அமெரிக்காகாவில் பார்த்த சுற்றுலா மற்றும் வரலாற்று தளங்களை போட்டோ போட்டு பக்கங்களை நிரப்பாமல், அங்கு சந்தித்த பல நாட்டு மக்கள் குறிப்பாக முஸ்லிம்கள், அவர்களின் வாழ்வியல், மத பேதமின்றி சமூக சேவையில் அக்கறையுடன் ஈடுபட்டு கொண்டுள்ள முஸ்லிம்கள் சமுதாய அமைப்புகள் பற்றிய பல விஷயங்களை இதில் மண் மணம் மாறாமல் அவருக்குரிய பாணியில் அழகாகப் பதித்துள்ளார்கள்.

அமெரிக்காவின் நியூயார்க்,டெக்சஸ் மற்றும் புளோரிடா மாநிலங்களில் சுற்று பயணத்தை முடித்து கலிபோர்னியாவின் சிலிக்கான் வேலி பள்ளத்தாக்கை வந்ததிலிருந்து 2-3 நாட்கள் தொடர் நிகழ்ச்சிகள்..

உலக புகழ் பெற்ற சிலிக்கான் வேலி பள்ளத்தாக்கின் மத்திய பகுதியில் அமைந்துள்ள அமெரிக்காவின் பெரிய பள்ளி வாசல்களில் ஒன்றான (90,000 சதுர அடி) முஸ்லிம் சமுதாய சங்கத்தில் MCA (Muslim Community Association) வெள்ளி கிழமை ஜூம்ஆ நாளில், பல நாட்டு மக்களை (பல மொழி பேசக்கூடிய) சந்தித்து சொந்தம் பாராட்டி பேசி மகிழ்ந்தார். ஆர்வத்துடன் சங்க நிர்வாகிகளுடன் கலந்துரையாடி சங்க வரலாற்றை கேட்டறிந்தார்.

அடுத்த நாள் சனிக்கிழமை ரொம்ப பிஸியான நாட்களில் ஒன்று..

MCA சமுதாய சங்கத்தின் ஒரு புறம் SUPPORT LIFE FOUNDATION எனும் Non-Profit அமைப்பு மூலம் விநியோகம் செய்யப்படுகின்ற GROCERY KIT ஐ (மளிகை சாமான்கள் உள்ள கூடை) மத பேதமின்றி வாங்கி செல்ல வந்த மக்களுக்கு தன்னார்வ தொண்டர்களோடு (Volunteer) ஐக்கியமானது,

மறுபுறம் ICNA Relief என்ற Non-Profit அமைப்பின் SHADE PROJECT க்காக பேக்கிங் செய்வதில் கலந்து கொண்டது... என இங்கும் சமூக நலப் பணிகளில் ஆர்வம் காட்டினார்.

கடந்த 10 வருடமாக நடந்து வரும் MERCY ON WHEELS FEED THE HUNGRY 5 நகரங்களில் விநியோகிக்கப்படும் பசிக்கு உணவளிக்கும் திட்டத்தைப் பற்றிய ஆர்வத்துடன் தெரிந்து கொண்டார்.

சான் பிரான்சிஸ்கோ வளைகுடா பகுதியில் உள்ள USATNMA அமெரிக்க தமிழ் முஸ்லிம் சங்கம் நடத்திய ஹஜ் பெருநாள் சந்திப்பில் நிகழ்த்திய பேருரை, அதனை தொடர்ந்து வளைகுடா பகுதி தமிழ் மன்றம் நடத்திய சிறப்பு நிகழ்ச்சியில்

உரையாற்றியது என நாள் முழுதும் பரபரப்புடன் இருந்தாலும் முனைவர் ஹாஜாகனி FULL ENERGY முழு ஆற்றலோடு நிகழ்வுகளில் கலந்து கொண்டது விழா அமைப்பாளர்களுக்கும் மகிழ்வைத் தந்தது.

பேராசிரியர் ஹாஜாகனியுடன் அழகிய சான் ஃபிரான்சிஸ்கோ நகரை சுற்றியது, அவரின் அழகான குரலில் வளத்தில் அவர் கால பாடல்களையும், கருத்தாழமிக்க பாடல்களையும் கேட்டு மகிழ்ந்தது. என நான் அவருடன் கழித்த மூன்று நாள் களும் *மனம் மறக்கா நாள்கள்.

இந்த அருமையான பயண இலக்கியம் வெற்றி பெற நல்வாழ்த்துகள்.

அன்புடன்,
– நிலாமுதீன்
(நைஸ் நிலாம்)
Global Tamil Muslim Media

வாழ்த்துரை

இது இதயங்களை இணைக்கும் இனிய பயணம்

"ஊறொறால் உற்றபின் ஒல்காமை இவ்விரண்டின்
ஆறென்பர் ஆய்ந்தவர் கோள்"

என்ற குறளிற்கேற்ப தடைகள் வந்தாலும் அதனைப் படிகளாக்கி அக்கரைச் சீமையில் நீடிக்கும் உறவுகளை உருவாக்கிய பேராசிரியர் முனைவர் ஜெ.ஹாஜாகனி அவர்களின் இப்பயண இலக்கியம் நட்பிலக்கணத்தில் நீங்கா இடங்கொள்ளும் அனுபவ நூல்.

கற்றோருக்கு செல்லும் இடமெல்லாம் சிறப்பு என்று நிருபித்த பேராசிரியர் ஹாஜா கனி அவர்களின் தமிழ்ப்பணி தொடர நல் வாழ்த்துகள்.

– **கீர்த்தி ஜெயராஜ்**
பயணக் குழு தலைமை – பேரவை (FeTNA) 2022
டெக்சாஸ்.

என்னுரை

பயணங்கள் முடிவதில்லை

ஜெ. ஹாஜாகனி

இலக்கியம் நோக்கிய பயணத்தை இளம் பருவத்திலேயே விரும்பிவிட்ட எனக்கு மனம் மறக்கா அமெரிக்கா என்ற இந்த நூல் இனியதோர் பயண இலக்கியமாக மலர்ந்துள்ளதில் பெருமகிழ்ச்சி.

பயணங்கள் ருசிகரமானவை. அதைப்போல் பார்க்கும்போது அதன் அவஸ்தைகளும்கூட ருசிகரமானவையாகவே அமையும்.

அவை ஓர் இலக்கியப் படைப்பாக வடிவெடுப்பது அவசியம் தானா? என்ற வினாவை எழுப்பி அதன் விடையாகவே இம்முன்னுரையை அமைக்கிறேன்.

இலக்கியம் மற்றும் சமுதாயப் பணிகளை முன்னிட்டு, அடியேன் ஐக்கிய அரபு அமீரகம், ஹாங்காங், பேங்காக், சீனா, சிங்கப்பூர், மலேசியா, சவூதி அரேபியா உள்ளிட்ட நாடுகளுக்குப் பயணம் செய்யும் வாய்ப்பை இறைவன் அருளினான்.

ஒவ்வொரு பயணங்களலும் உன்னத அனுபவங்கள் கிட்டின.

அவை யாவும் ஏடுகளில் எழுத்துப் பதிவுகளாகவும், ஒளிப் படப்பதிவுகளாகவும் உள்ளன.

ஆயினும் அமெரிக்கப் பயணம் பற்றிய பயணக் கட்டுரைகள் ஒரு நூலாக வடிவம் பெறுவதற்கு நான் சந்தித்த எதிர்பாராத

அனுபவங்களும், அவை பகிரப்பட வேண்டும் என்ற உணர்வுமே காரணம்.

*2001*ம் ஆண்டுக்குப் பிறகு ஏகாதிபத்தியம் உருவாக்கிய இஸ்லாமிய வெறுப்புத் தொழில் (இஸ்லாமோஃபோபியா) வென்று அமெரிக்காவில் இஸ்லாம் மார்க்கம் தழைத்தோங்கி வளர்ந்திருப்பதை வாசகர்களுக்குச் சொல்ல வேண்டியிருந்தது.

வல்லரசு தேசமான அமெரிக்காவில் தமிழாளுமைகள் பதித்துள்ள வெற்றி முத்திரைகளையும் தமிழ்கூறு நல்லுலகிற்குச் சொல்லும் ஆவல் இருந்தது.

வட அமெரிக்கத் தமிழ்ச் சங்கங்களின் பேரவை *(FeTNA)*வின் *35*வது மாநாடு இதற்கு ஒரு நல்வாய்ப்பாக அமைந்தது.

பயண அனுபவங்களை 'மனம் மறக்கா அமெரிக்கா' என்ற தொடராக மக்கள் உரிமை வார இதழில் எழுதினேன். முழுச் சுதந்திரத்தோடு என்னை எழுதவைத்த மக்கள் உரிமை ஆசிரியர் த.மு.மு.க. தலைவர் பேரா. முனைவர் எம்.எச். ஜவாஹிருல்லா ச.ம.உ. அவர்களுக்கு நன்றி. இத்தொடர் சிறக்கக் காரணமான மக்கள் உரிமை பொறுப்பாசிரியர் அபிராமம் அப்துல் காதர், வாரம்தோறும் சிறப்புற வடிவமைத்த மக்கள் உரிமை வடிவமைப்பாளர் நாசர் எஸ்.எம்.ஏ. காதல். மெய்ப்புகளை சரிபாரத்த புதுக்கல்லூரி பேரா. முனைவர் ஜாஸ்பிரீ சாதிக், வரவேற்பளித்த மக்கள் உரிமை வாசகர்களுக்கு நன்றி.

அருமையான அணிந்துரைகளால் இந்நூலுக்கு சிறப்பு சேர்த்துள்ள பார் அளக்கும் பயணத் தமிழர் மதுரா ட்ராவல்ஸ் வீ.கே.டி. பாலன் ஐயா அவர்களுக்கும், என் பயணத்திற்கு பெருங் காரணியான நெல்லை கீர்த்தி ஜெயராஜ் அவர்களுக்கும், ஆருயிர் நண்பர் ஆழமிகு எழுத்தாளர் ஆரூர் பாஸ்கர், *ST* கூரியர் குழுமத்தின் தலைவர் முனைவர் *K.* அன்சாரி அவர்களுக்கும், னைவர் *K.* அன்சாரி அலிவலம் சீனிவாசன், கூத்தாநல்லூர் நிலாமுதின் ஆகியோர்க்கும் என் அகங்கனிந்த நன்றிகள்.

இந்தப் பயண இலக்கியத்தை நூலாக வெளியிட முதன்மைத் தூண்டலான நன்னூல் பதிப்ப நிறுவனர் சிறந்த கவிஞர் மணலி

அப்துல் காதர் அவர்களுக்கும், நூலின் அகஅழகு, புறஅழகு இரண்டையும் சிறப்புறச் செய்த சகோதரர் சு. கதிரவன் அவர்களுக்கும், என் அகங்கனிந்த நன்றிகள்.

பயணங்களும், படைப்புகளும் பாங்குறத் தொடர, நீங்கா அன்புடன் நீங்கள் தரும் ஆதரவு ஊக்கமாகும். ஏக இறைவனின் பேரருள் இதயங்களை இணைப்பதாக... நன்றி.

சென்னை
5.01.2023

தங்கள் அன்புள்ள,
பேரா.முனைவர் ஜெ. ஹாஜாகனி

பொருளடக்கம்

1. மனம் மறக்கா அமெரிக்கா... ... 25
2. அழைப்பும்... வியப்பும்... ... 29
3. களத்தில் இறக்கிய தமிழ்க்கேள்வி செந்தில்வேல் ... 34
4. வேட்டோலை ஆன ஒரு நீட்டோலை ... 38
5. இரண்டாம் அழைப்பில் ஓர் இன்ப அதிர்ச்சி! ... 43
6. ஒருநாள் போதுமா...?
   இன்றொருநாள் போதுமா? ... 49
7. கார்த்திகைச் செல்வன் தந்த ஏட்டினிலே... ... 54
8. இருக்கை கிடைத்த கணம்
   இறக்கை விரித்த மனம் ... 60
9. நியூயார்க் நகரம் இறங்கும் நேரம் ... 67
10. இறங்கிய நியூயார்க்கில் எழுந்த நினைவுகள் ... 74
11. பெருமதிப்பாய் மாறிய ஓர் அவமதிப்பு... ... 82

12.	தலைமுறை தாண்டியும் தமிழ்...	... 91
13.	காலச் சதுக்கத்தில் கவிதைத் தருணங்கள்...	... 101
14.	சுதந்திர சிலையும் சிலையான சுதந்திரமும்	... 110
15.	நினைவுகளை இனிப்பாக்கும் சீனி..!	... 118
16.	நாசாவை காணும் வாய்ப்பு	... 124
17.	வியக்கவைத்த விண்வெளி மையம்	... 130
18.	டாலசில்: ஒரு ஜும்ஆவும் ஒரு பெருநாளும்	... 139
19.	பல்கலை வளாகங்களாகப் பள்ளிவாசல்கள்	... 145
20.	மின்னல்களின் தாயகம் நோக்கி..	... 154
21.	ஜூலை காற்றில் ஜுபிடரில்	... 161
22.	கடலோரம் கவிதைபோல...	... 169
23.	இறையில்லத்தில் இணைந்த தமிழ் உள்ளங்கள்	... 175
24.	வெறுப்பு நெருப்பை அணைக்கும் மருந்து...!	... 181

மனம் மறக்கா அமெரிக்கா

1

மனம் மறக்கா அமெரிக்கா...

பயணங்கள் மனித வாழ்வை அடுத்தக் கட்டத்திற்கு கடத்தும் கருவிகளாய் இருந்துள்ளன.

பயணங்கள் அனுபவத்தைப் போதிக்கும் ஆசிரியர்களாகவும் திகழ்கின்றன.

பல தேசங்களின் வரலாற்றையும், பண்பாட்டையும் அறிந்துகொள்ள அக்காலத்தைய பயணிகள் எழுதியப் பயணக் குறிப்புகள் பயன்பட்டுள்ளன.

இப்னு பத்தூதா, யுவான் சுவாங், பாஹியான், உள்ளிட்ட உலகப் புகழ்பெற்ற பயணிகளின் பயணக் குறிப்புகளைப் பாடநூற்களில் படித்து நாம் வரலாற்றை அறிந்துகொள்ள முடிகிறது.

தமிழில் பயண இலக்கியங்கள் ஒருகாலத்தில் செழித்துச் சிறந்திருந்தன.

மூவாயிரம் ஆண்டுகளுக்கு முந்தைய சங்க இலக்கியங்களில் கூட பயணக் குறிப்புகள், பாடல்களில் வெளிப்படுகின்றன.

பயண இலக்கியங்கள் பயனுள்ள இலக்கியங்களாய்ப் பரிண மிக்க வேண்டிய தேவை இன்று அதிகரித்துள்ளது. அவ்வகையில்

ஏராள உள்ளங்களின் எதிர்பார்ப்பை நிறைவேற்றும் வகையில், 'ஒரு சமுதாய ஊழியனின் பயணக் குறிப்புகள்' இங்கு தொடராக வெளியிடப்படவுள்ளன.

பலருக்கும் அமெரிக்கப் பயணம் என்பது ஆனந்த அனுபவம். நாம் அந்த நோக்கில் நமது பயணக் குறிப்புகளைப் பதிவிடுவதை விட பயணங்களின் ஊடே நாம் உற்றதையும், கற்றதையும், உணர்ந்ததையும் பதிவிடுவது பயனுள்ளதாக அமையும்.

வழிகாட்டும் வகையில் எழுதப்படும் இலக்கியத்தை தமிழில் ஆற்றுப்படை என்பர். திருமுருகாற்றுப்படை சிறுபாணாற்றுப் படை, பெரும்பாணாற்றுப் படை என சங்க இலக்கியத்தில் பல ஆற்றுப்படை நூல்கள் உள்ளன.

இது அமெரிக்க ஆற்றுப்படையா...? என்றால் இல்லை. இதை அனுபவங்களின் ஆற்றுப்படை எனலாம்.

இப்பயணத்தில் வாசகர்களும், எழுத்தாளனோடு இதயத்தால் இணைந்து பயணிக்க வேண்டும்.

உங்கள் கருத்துகளையும், விமர்சனங்களையும் பரிமாறுவது இது ஓர் உயிரோட்டமுள்ள உபயோகமான எழுத்தாக மலர்ந்திட உதவும்.

இந்த எளியவன் மீது எங்கோ வாழும் இனிய தமிழ் இதயங்கள் கொண்ட பேரன்பு நெகிழ்ச்சியளிக்கும்.

உள்நாட்டில் ஒரு சில நல்ல(?) உள்ளங்கள் செய்த கைங்கர்யங்கள் அதிர்ச்சியளிக்கும்.

'கோல் போஸ்ட்' என்ற வெற்றி இலக்கினுள் கால்பந்து வீறுகொண்டு பாயும்போது அரங்கமும் அகிலமும் ஆரவாரம் செய்யும். தான் பெற்ற உதைகளின் கதைகளை ஒரு பந்து உரைக்கத் தொடங்கினால் அதுவும் சுவாரசியமாகவே அமையும்.

வட அமெரிக்கத் தமிழ்ச்சங்கங்களின் பேரவை (FeTNA) தனது 35 ஆவது மாநாட்டிற்கு அடியேனை அழைத்தபோது, மிகுந்த

மகிழ்ச்சி ஏற்பட்டது. அந்த மகிழ்ச்சிக்குள் படவேண்டிய பாடுகள் பல இருப்பதை அப்போது உணர்ந்திருக்கவில்லை.

பாடுகளின் பாதையைக் கடந்தே பாரினில் பலரும் பரவசங்களைப் பரிசாகப் பெற்றுள்ளனர் என்பதை உண்மையாக உளப்பூர்வமாக உணர்ந்திட இப்பயணம் ஒரு பாதையானது.

மதவாத வலதுசாரிக் கருத்தியல் எல்லா இடங்களிலும் ஊடுருவி, மனிதகுலத்தை மதவெறிக் கோடரியால் கூறுபோட்டு, அற்பமான அரசியல் ஆதாயம் தேடும் அருவருப்புகளைக் கண்டு 'நெஞ்சு பொறுக்குதில்லையே' என கொந்தளிக்கும் உள்ளங்களுக்கு அன்பாலான அழகிய உலகைக் காட்டி ஆறுதலையும், நம்பிக்கையையும் விதைக்கும் வகையிலும் இந்தத் தொடர் பயணப்படும்.

சமுதாய ஊழியத்தில் தன்னை இணைத்துக் கொண்டவர்கள், குறிப்பாக இளையோர்கள் பன்முகத் திறன்களை வளர்த்துக் கொள்வது, அவர்களுக்கு மட்டுமல்ல, ஒட்டுமொத்த சமூகத்திற்கும் நன்மையளிக்கும் என்பதையும் இப்பயணக் குறிப்புகளின் வழியே உணரலாம்.

என் வாழ்வின் அசைவுகள் ஒவ்வொன்றையும் தனது பேரருளால் நிகழ்த்தும் ஏக இறைவனுக்கு இப்பொழுதில் நன்றியையும், அடிபணிதலையும் சமர்ப்பிக்கிறேன்.

> 'கோல் போஸ்ட்' என்ற வெற்றி இலக்கினுள் கால்பந்து வீறு கொண்டு பாயும்போது அரங்கமும் அகிலமும் ஆரவாரம் செய்யும். தான் பெற்ற உதைகளின் கதைகளை ஒரு பந்து உரைக்கத் தொடங்கினால் அதுவும் சுவாரசியமாகவே அமையும்.

பேரன்பைப் பொழியும் இந்தப் பேரமைப்பின் சொந்தங்களுக்கும், அடியேனை ஏராளமான இடையூறுகளை வென்று அமெரிக்காவுக்கு அழைத்த, வட அமெரிக்கத் தமிழ்ச்சங்கப் பேரவையின் (ஃபெட்னா) நல்லுள்ளங்களுக்கும், தனது அன்பாலும், அறிவுரைகளாலும், தாயன்போடு வழிநடத்தும் தலைவர் பேரா.எம்.எச்.ஜவாஹிருல்லா அவர்களுக்கும், இப்பயணத்தில் ஒத்துழைத்த, உதவிய, தமிழக, அமெரிக்க சகோதரர்கள் அனைவருக்கும் என் உளமார்ந்த நன்றிகளும் பிரார்த்தனைகளும்.

இடையூறுகளால் மனஉளைச்சலைத் தந்து அதன்மூலம் அடியேன் இறையருளைப் பெற்றிட உதவிய உள்ளங்களுக்கும் நன்றிகள்.

இனிய வாசகர்களே.. ஒரு புதிய அனுபவத்தைத் தரும் ஒரு பயணத்திற்குத் தயாராகுங்கள். பேசிக்கொண்டே பயணிப்போம்.

மனம் மறக்கா அமெரிக்கா

2

அழைப்பும்... வியப்பும்...

வட அமெரிக்கத் தமிழ்ச்சங்கங்களின் பேரவை (ஃபெட்னா) நியூயார்க் தமிழ்ச் சங்கத்தோடு இணைந்து நடத்தும் மாநாட்டில் சிறப்பு விருந்தினராக அடியேன் பங்கேற்பதற்கான அழைப்பு எனது மின்னஞ்சலுக்கு அனுப்பப்பட்டிருந்திருக்கிறது.

மின்னஞ்சல் நினைவகம் நிரம்பி வழிந்ததால் அது என் மின்னஞ்சல் பெட்டியை அடையவில்லை.

மின்னஞ்சலுக்கு பதிலில்லை என்றதும், ஃபெட்னாவிலிருந்து தோழர் கீர்த்தி ஜெயராஜ் அலைபேசியில் தொடர்பு கொண்டார்.

தமிழ்நாடு மாநில சிறுபான்மை ஆணையத்தின் சார்பில் ஆணையத் தலைவர் சா.பீட்டர் அல்ஃபோன்ஸ் அவர்களின் வழிகாட்டலில், தமிழ்நாடு முதலமைச்சர் மு.க.ஸ்டாலின் அவர்களின் ஆதரவில் மாநிலம் முழுவதும் கல்லூரி மாணவர்களிடையே நடத்தப்பட்ட மாபெரும் பேச்சுப் போட்டி ஓர் இயக்கம்போல எழுச்சியாக உருவெடுத்திருந்த நேரம் அது. ரமலான் மாதத்தின் பிற்பகுதி. பேச்சுப்போட்டி மாநில ஒருங் கிணைப்பாளரான நாம் நமக்குப் பொறுப்பளிக்கப்பட்ட மாவட்டங்களுக்குப் பயணித்துக் கொண்டிருந்தோம்.

தேனி மாவட்டத்திற்கான போட்டிகளை, உத்தமபாளையம் ஹாஜி கருத்த ராவுத்தர் ஹவுதியா கல்லூரியில் நடத்துவதற்காக இப்போட்டிகளின் மாநில ஒருங்கிணைப்பாளரான அடியேன் அங்கு சென்றிருந்தோம்.

அதேநாளில் உத்தமபாளையம் கருத்த ராவுத்தர் கல்லூரிக்கு, தேசிய தரமதிப்பீட்டுக் குழு (என்ஏஏசி) ஏ++ என்ற மிக உயர்ந்த தகுதியை அளித்திருந்ததால் கல்லூரியிலும், உத்தமபாளையத்திலும் உற்சாக அலைகள் ஓங்கி அடித்துக் கொண்டிருந்த நேரம், நோன்பு துறந்துவிட்டு நானும், தேனி மாவட்ட ஒருங்கிணைப்பாளர் பேரா.முனைவர் முஹம்மது ஷரீஃப் மற்றும் தமுமுக மமக மாவட்ட நிர்வாகிகள் உரையாடிக் கொண்டிருக்கும்போதுதான் அமெரிக்காவிலிருந்து கீர்த்தி ஜெயராஜ் தொடர்புகொண்டு, ஃபெட்னா மாநாட்டில் பங்கேற்க ஒப்புதல் பெற்றார். பிறகு கட்செவியில் அழைப்புக் கடிதத்தை அனுப்பி வைத்தார். அந்த அழைப்பை கருத்த ராவுத்தர் கல்லூரி ஒரு கொண்டாட்டமாகவே ஆக்கிவிட்டது.

ஃபெட்னா மாநாட்டில் நான் பங்கேற்க வேண்டும் என நீண்டகாலமாவே தமிழ் நெஞ்சங்கள் முயன்று வந்தன. எனது பள்ளித் தோழரான ஆரூர் பாஸ்கர் அதில் முதன்மையானவர். முந்தைய மாநாடுகளில் அவர்கள் அழைத்திருந்தாலும் நான் சென்றிருக்க முடியாத சூழலே இருந்தது. ஆயினும், அமெரிக்காவில் ஹார்வர்ட் பல்கலைக்கழகத்தில் தமிழிருக்கை ஏற்படுத்தப்பட்ட வெற்றியைக் கொண்டாடும் வகையில் ஃபெட்னா, இசைத்தென்றல் ஏ.ஆர்.ரைஹானாவின் இசையமைப்பில் வெளியிட்ட பாடல் தொகுப்பில், எதிர்காலத் தலைமுறை தமிழை நேசித்துப் படிக்க வேண்டும், தமிழ்ப் பற்றோடு வளரவேண்டும் என்ற மையக்கருவில் அடியேன் ஒரு பாடலை எழுதவேண்டும் எனக் கேட்டுக் கொண்டார்.

அவர் இசையில் நான் எழுதிய பாடல் ஃபெட்னா மாநாட்டில் பெரும் வரவேற்பைப் பெற்றது. அரங்கில் அப்பாடலைக் கேட்ட திராவிட இயக்க அறிஞர் முனைவர்

வெ.சிவப்பிரகாசத்தின் மகன் கார்த்தியும், தோழர்களும் அந்த தருணத்தை மிகவும் சிலிர்ப்புடன் பதிவு செய்திருந்தனர். ஆனந்த விகடன் இணைய இதழ் இப்பாடல் குறித்து, ‘அமெரிக்காவைக் கலக்கிய ஆரூர்புதியவன் பாடல்’ என்று ஒரு கட்டுரையையும் வெளியிட்டிருந்தது.

அதன்பிறகு அமெரிக்கத் தமிழுள்ளங்கள் என்னை அங்கு அழைக்கும் அவாவினைத் தொடர்ந்து வெளிப்படுத்தி வந்தனர். சிங்கப்பூர், மலேசியா, ஐக்கிய அரபு அமீரகம், ஓமன் உள்ளிட்ட நாடுகளின் தமிழுள்ளங்கள் மிகுந்த ஆவலோடு ஏற்பாடு செய்திருந்த நிகழ்ச்சிகளுக்கு செல்ல முடியாமல் இப்போது வெளியிட விரும்பாத கசப்பான செய்திகள் தடைக்கல்லாகின.

கடலூரில் கந்தசாமி நாயுடு மகளிர் கல்லூரியில் ஒரு விழாவில் பங்கேற்கவிட்டுத் திரும்பும் தருணம். அபுதாபியிலிருந்து ‘பாரதி நட்புக்காக’ தமிழ் அமைப்பின் நிர்வாகி ஹலீலுர் ரஹ்மான். அங்கு நிகழ்ச்சிக்கு வர என்னை வற்புறுத்தி அழைத்ததையும், நான் வரஇயலாத சூழலைச் சொன்னதையும்,

அருகிலிருந்து அறிந்த இசைத்தென்றல் சகோதரரி ஏ.ஆர். ரைஹானா மிகவும் ஆதங்கப்பட்டார். சில பரிகாரங்கள் கூட சொன்னார். நீங்கள் நான் சொல்வதைக் கேட்க மாட்டீர்கள் என்று தெரியும் என்றார். என் மீதும், என் தாயார் மீதும் அவர் செலுத்தும் அன்பும் வாஞ்சையும் அலாதியானது.

சிங்கப்பூரிலிருந்து ஒரு சிறப்பான அழைப்பு. அந்த அழைப்பு வந்த நாளில், எனது பள்ளியாசிரியரும், நாடறிந்த நகைச்சுவை நாவலருமான புலவர் சண்முகவடிவேல் ஐயா அவர்கள், 'நான் இன்னும் சிங்கப்பூருக்குப் போகலையே ஹாஜா' என்றார் ஓர் உரையாடலில். இன்ஷாஅல்லாஹ் விரைவில் போகிறோம் ஐயா, என்றேன்.

நினைவில் வாழும் நாகர்கோவில் ஃபசல் அலி அவர்கள், மஸ்கட்டில் மிகப்பெரிய அளவில் ஏற்பாடு செய்திருந்த பெருநாள் சந்திப்பு நிகழ்ச்சியில் பங்கேற்க முடியாத சூழலை இங்குள்ள சில நல்லுள்ளங்கள்(?) ஏற்படுத்திவிட, அன்புத் தம்பி ஆரூர் ஷாரவால் அந்நிகழ்வில் பங்கேற்றார்.

பேரன்போடு சமுதாயப் பணி செய்து வந்த சகோ.ஃபசல் அலி அவர்களின் ஆவலை அவர் வாழும் காலத்தில் நிறைவேற்றாத வருத்தம் நெஞ்சில் நிறைந்துள்ளது.

சிங்கப்பூர் அன்பர்களிடம், எனது ஆசிரியர் சண்முக வடிவேல் ஐயாவை அழைக்க முடியுமா? என்றேன். அவர்கள் பேரானந்தத்தோடு ஐயாவை அழைத்தார்கள். கடைசியல் அவரோடு நான் செல்ல முடியாத சூழல்.

வெளிநாட்டு நிகழ்வுகள் மீது நான் பற்றறுத்துக் கொண்ட மனநிலையில் அமெரிக்காவிலிருந்து அழைப்பு. தலைவர் ஜவாஹிருல்லா மற்றும் சக நிர்வாகிகளிடம் ஆலோசனை கேட்டேன். 'நீ கண்டிப்பாக போகவேண்டும்' என்றார் தலைவர்.

பயண ஏற்பாடுகளுக்கு வி.கே.டி.பாலன் ஐயாவின் மதுரா ட்ராவல்ஸ் நிறுவனம் பொறுப்பேற்றிருந்தது. மதுரா ட்ராவல்ஸ் சென்று பாலன் ஐயாவின் வழிகாட்டலில், சகோதரி மது உதவ, ஆவணங்களை நிரப்பி அமெரிக்கத் தூதரகத்தில் சமர்ப்பிக்க ஏற்பாடு நடந்தது.

அத்தனை இடர்ப்பாடுகள் அடியேனை முற்றுகையிடப் போகின்றன என்று அப்போது அறிந்திருக்கவில்லை. ●

3
களத்தில் இறக்கிய தமிழ்க்கேள்வி செந்தில்வேல்

'வானவில்' என்றொரு திரைப்படம். அதன் உச்ச இறுதி என்னும் 'கிளைமேக்சில்' அக்காலத்தில் (1999) சன் டி.வி.யில் பிரபலமாக இருந்த அரட்டை அரங்கம் நிகழ்ச்சி இடம் பெறும்.

இளங்கலை பயிலும்போது விசுவின் அரட்டை அரங்கத்தில் மூன்று முறை முத்திரைப் பேச்சாளனாக கௌரவிக்கப்பட்ட அடியேனுக்கு அப்படத்தின் சிறப்பு அரட்டை அரங்கத்தில் பேச அழைப்பு. புதுக்கல்லூரியில் முதுகலை மாணவனாக அதில் பங்கேற்றோம்.

சென்னை ராணி சீதை மன்றத்தில் படப்பிடிப்பு. காலை 8 மணிக்கே வரவழைத்து, ஒப்பனை செய்து, 9 மணிக்கு ஒளிப்பதிவு தொடங்க அனைவரும் தயார் நிலையில். அரங்கில் ஒளி வெள்ளம் பாய்கிறது. அரங்கத்தை நடத்தவேண்டிய நடிகர் விசு வரவில்லை.

அன்று மாலை 6 மணிக்கு அயர்ந்துபோய் வந்தார் விசு. காரணம் வினவியபோது அறிந்த செய்தி, 'அமெரிக்கா விசா வரிசையில் ஒருநாள் முழுக்க நிற்க வேண்டிய நிலை'.

அக்காலத்தில் ஊரறிந்த பிரபலத்திற்கே அமெரிக்கத் தூதரகத்தில் இதுதான் கதி.

ஓர் இளைஞனை சந்தேகப்பட்டு காவல்துறை பிடித்து வைக்கிறது. அவர்களிடமிருந்து தப்பியோடிய அந்த அப்பாவி இளைஞன் பசி மயக்கத்தில் அமெரிக்கத் தூதரகம் வாயிலில் சுருண்டு விழுந்து, பிறகு விழித்தெழுந்த போது, வரிசையில் இடம்பிடித்துத் தந்தமைக்காக ஒருவர் சன்மானம் தருகிறார்.

ஓ.. இங்கே வரிசையில் இடம்பிடித்துத் தந்தால் சன்மானம் கிடைக்குமோ என்று உணர்ந்து, அதை ஒரு தொழிலாக செய்யத் தொடங்கி, படிப்படியாக முன்னேறுகிறார். அவர்தான் தற்போது சுற்றுலாத் துறையில் கொடிகட்டிப் பறக்கும் கலைமாமணி வீ.கே.டி.பாலன்.

ஏகாதிபத்திய எதிர்ப்பையே ரத்த ஓட்டமாகக் கொண்ட வனுக்கு மாணவப் பருவத்தில் அமெரிக்கத் தூதரக வாசல் தந்த அதிர்ச்சி செய்திகள் இவை.

அப்படியாகப்பட்ட தூதரகத்திற்கே ஒரு போராட்டத்தில் அதிர்ச்சி வைத்தியம் அளித்த தன்மான இயக்கத்தின் தலைமை ஊழியன் என்ற அடையாளமும் இப்போது. அது மேலும் சுவாரசியங்களைத் தந்தது.

இறைவன் நாடினால் எதுவும் நடக்கும்! என்ற நம்பிக்கை ஒருபக்கம் ஊக்கம்தர, விசா மறுக்கப்பட்டவர்களின் வேதனைக் கதைகள் மறுபுறம் தாக்கம் தர, நடப்பது நடக்கட்டும் என்று அமெரிக்க விசாவுக்கு விண்ணப்பித்தோம்.

மாநாட்டுத் தேதி நெருங்குகிறது. விசா விண்ணப்பம் கிணற்றில் போட்ட கல்லாய் உறங்குகிறது.

அவ்வப்போது அடியேனுக்கு உசுப்பேத்தி உசுப்பேத்தியே உடலை ரணகளமாக்கி(?) மகிழும் ஆருயிர் நண்பர் தமிழ்க் கேள்வி செந்தில்வேல், சும்மா இருப்பாரா?

சும்மா இருக்காமல் களத்தில் இறங்குங்கள் என்று சொல்லி இறக்கியும் விட்டுவிட்டார்.

அமைச்சர் செஞ்சி மஸ்தானுடன் செந்தில்வேல் மற்றும் ஹாஜாகனி

அவருக்கும் சேர்த்து பல ஆளுமைகளுக்கு ஃபெட்னாவின் அழைப்பு வந்திருந்தது.

ஆயினும், விசா நேர்காணல்களை மறுபடி எழுந்த கோவிட் சூழல் காரணமாகவோ என்னவோ அமெரிக்கத் தூதரகம் நிறுத்தி வைத்திருந்தது. யாருக்குமே அழைப்பு வரவில்லை. 'வரவைக்க வேண்டும்' என்றார் செந்தில்வேல்.

வெளிநாடு வாழ் தமிழர் நலத்துறை அமைச்சர் செஞ்சி மஸ்தான் அவர்களிடம் பட்டும் படாமலும் சொன்னேன். செந்தில்வேலையும் அழைத்துக் கொண்டு வீட்டுக்கு வாருங்கள் என்றார்.

இரவு 9.30 மணி. அமைச்சர் வீட்டுக்கு அரை நம்பிக்கை யோடு சென்றோம். அவரோ எதுவும் பேசாமல் இருவரையும் உணவு மேசைக்கு அழைத்துச் சென்று உட்கார வைத்து விட்டார். அவரும் அவர் துணைவியாரும் அன்போடு எங்களை உபசரித்து முடித்தபோது, இரவு மணி பத்தைத் தாண்டிவிட்டது.

செய்தியைக் கேட்டுக்கொண்டு, அரசு செயலாளரை அந்த இரவில் அழைத்தார். விவரத்தைக் கூறி வேலையை முடிக்க வேண்டிக் கொண்டதோடு, ஒருவேளை தான் இம்மாநாட்டில் பங்கேற்கும் சூழல் ஏற்பட்டால் அங்கு இவர்கள் என்னோடு இருந்தாக வேண்டும் என்றும் அழுத்தம் கொடுத்தார்.

தமுமுக தலைவர் பேரா.ஜவாஹிருல்லா அவர்கள், பொதுத் துறை அரசுச் செயலர் ஜகந்நாதன் இ.ஆ.ப. அவர்களிடம் தொடர்பு கொண்டு பேசினார்கள்.

சிறுபான்மை ஆணையத் தலைவர் சா.பீட்டர் அல்போன்ஸ் அக்கறையோடு சில முயற்சிகளை எடுத்தார்.

அப்போதைய கல்லூரிக் கல்வி இயக்குநர், முனைவர் பூர்ணச்சந்திரன் அவர்கள், கூத்தாநல்லூரில் அமையவுள்ள அரசு மகளிர் கல்லூரிக்கு வக்ஃப் இடம் ஒன்றைப் பெறுவது குறித்து என்னிடம் பேசி விவரங்கள் அனுப்ப, இதற்காக தமிழ்நாடு வக்ஃப் வாரியத் தலைவர் முன்னாள் நாடாளுமன்ற உறுப்பினர், முஸ்லிம் லீகின் முதன்மைத் துணைத் தலைவர் அப்துல் ரஹ்மான் அவர்களைத் தொடர்பு கொண்டோம். பேசியதன் பலன் உடனே கிடைத்துவிட, அமெரிக்கப் பயணத்தைக் கூறினோம். அவரும் முயற்சியில் இணைந்து கொண்டார்.

திமுக மகளிரணிச் செயலாளரும், நாடாளுமன்ற உறுப்பினருமான சகோதரி கவிஞர் கனிமொழி கருணாநிதி அவர்களும், வாழ்த்துகள் கூறி ஆற்றுப்படுத்தினார்.

சென்னை அமெரிக்கத் துணைத் தூதரகத்திலிருந்து சிறப்பு நேர்காணல் (Priority Interview) அழைப்பு வந்தது.

அழைப்பு வந்தது மனதுக்கு இனிப்பு தானே..? நமக்கு எப்போதுதான் இனிப்பு மட்டும் தனியாய் வந்தது.

கசப்பு என்பதும் இனிப்பின் இலவச இணைப்பல்லவா?

இனிப்புடன் வந்த கசப்பு என்ன? ●

மனம் மறக்கா அமெரிக்கா

4

வேட்டோலை ஆன ஒரு நீட்டோலை

சென்னையில் உள்ள அமெரிக்கத் துணைத் தூதரகத்தி லிருந்து வந்த சிறப்பு நேர்காணல் அழைப்பைத் தொடர்ந்து, விதிமுறைகள் யாவும் மின்னஞ்சலில் வந்தன.

அலைபேசி, மடிக்கணினி உள்ளிட்ட எந்த மின்னணு சாதனங்களும் எடுத்துவரக் கூடாது

டி160 விசா விண்ணப்ப நகலை எடுத்துவரக் கூடாது. (மாணவர்கள் போல அதைப் பார்த்து பிட் அடித்து நேர்காணலில் பதில் சொல்வார்கள் என்ற நினைப்பு போலும்)

பணம் கட்டிய ரசீது, ஏற்பளிப்பு ரசீது, பயண ஆவணங்கள், வருமான வரி, வங்கிக் கணக்கு விவரங்கள் உள்ளிட்ட ஆவணப் பட்டியல்கள் எடுத்துவர வேண்டும்

சமூகநீதி படைப்பாளர் சங்கப் பொருளாளரும் புதுக்கல்லூரி பேராசிரியருமான தம்பி முனைவர் ஜாஃபர், கூப்பிட்ட குரலுக்கு பாசத்துடன் ஓடிவந்து உதவுபவர். அவரை அன்றும் வரவைத்தோம்.

ராதாகிருஷ்ணன் சாலையில் உள்ள எல்.கே.எஸ். கோல்ட் ஹவுஸ் நகைக்கடையில் (உரிமையாளர் இம்தியாஸ் அன்பு

நண்பர்) மகிழுந்தை நிறுத்திவிட்டு, அலைபேசி உள்ளிட்ட மின்னணு சாதனங்களை அதனுள் வைத்துவிட்டு தம்பி பேரா. ஜாஃபரின் துள்ளுந்தில் அமெரிக்கத் தூதரகம் சென்றால் அங்கே நீ...ண்...ட வரிசை.

சற்றே மிரண்டு போனோம். அங்கிருந்த தூதரக ஊழியர் ஒருவரிடம் நமது சிறப்பு அழைப்புக் கடிதத்தைக் காட்டியதால் உள்ளே யாரிடமோ பேசிவிட்டு ஓரிரு மணித் துளியில் நம்மை கையோடு அழைத்துக் கொண்டு நீண்ட வரிசையைக் கடந்து தூதரகத்திற்குள் அழைத்துச் சென்றார்.

நீண்ட அந்த வரிசையில் நிற்காமல் கடந்தது நிம்மதி என்றாலும், நின்று கொண்டிருப்போர் குறித்த கவலையும் ஒருபுறம் மனத்தில் வலித்தது.

போன வேகத்தில் வெளியே வந்து தவிக்க நேரும் என்று அப்போது தோன்றவில்லை.

உள்ளே நுழைந்ததும் பரிசோதனைக் களம். நமது பேண்ட் பாக்கெட்டில் இருந்த கார்சாவி ஒரு மின்னணு சாதனமாம். அதற்கு அனுமதி இல்லை என்றனர்.

கைப்பையில் இருந்த அத்தர் பாட்டிலையும் ஆபத்தாகப் பார்த்தனர். இதை வெளியே கொடுத்துவிட்டு வாருங்கள் என்றனர். யாரிடம் கொடுப்பது.

வரிசையின் வழியே வெளியே வந்துகொண்டிருந்த போது, ஆட்டோகாரத் தோழர்கள் அழைத்தனர். அங்கே நிற்கும் ஆட்டோக்கள் ஓடி சம்பாதிப்பவை அல்ல, நின்றே சம்பாதிப்பவை.

இவ்வாறு தவறுதலாக எடுத்துவரப்படும் அலைபேசி, மடிக்கணினி உள்ளிட்ட மின்னணு சாதனங்களை அவர்கள் வாங்கி வைத்துக்கொண்டு, தபால்தலை அளவில் ஒரு சீட்டைக் கொடுப்பர். நேர்காணல் முடிந்து வெளிவந்ததும் அந்த 'டோக்கனை'க் காட்டி பொருளைப் பெற்றுக் கொள்ளலாம்.

ரூ.1000 தொடங்கி ரூ.10000 வரை வாடகைக் கட்டணம் வசூலிக்கப்படும்.

விசா பெற்று வெளியே வருவோர், தங்கள் மகிழ்வை முதலில் கொண்டாடும் இடம் அதுவே. எனவே தாராளமாகக் கேட்டு வாங்குவர். சந்தோஷமாக சிலர் கொடுப்பர்.

சில இளம்பெண்கள் ஆட்டோகார 'பாட்ஷா'க்களுடன் கைகுலுக்கி லேசாகத் தழுவி, கட்டணமும் கொடுப்பதைப் பார்க்கும் சிலருக்கு, நாமும் இங்கே ஒரு ஆட்டோவோடு இந்த வேலைக்கு வந்துவிடலாமோ? என்றுகூடத் தோன்றலாம்.

கார்சாவி வைத்துக்கொள்ள ரூ.1000 என்றார் ஒருவர். அருகிலிருந்தவர் நம்மை அடையாளம் கண்டுகொள்ள, சாரை அனுப்பி, நீங்க அன்பா கொடுக்கிறத கொடுங்க சார் என்றார்.

அமெரிக்கத் துணைத் தூதரகத்தில் மீண்டும் நுழைவு. மீண்டும் சோதனை.

சோதனை முடித்து ஆள்போட்டு அனுப்பினார்கள். அவர் விசா அதிகாரிகள் உள்ள தனிக் கட்டத்திற்கு அழைத்துச்

சென்று அமர வைத்தார். பாஸ்போர்ட்டை பெற்றுக்கொண்ட ஒரு நங்கை, அதன் அட்டையில் ஒட்டவேண்டி 'பார்கோட்' இருந்த மற்றொரு தாளை கிழிக்கலாமா? என்று மென்மையாக அனுமதி கோரினார்.

அந்தப் பண்பாடு சிறந்ததுதான்.

அதற்குப்பின் குளிப்பாட்டி, மாலை போடப்பட்ட ஆட்டுக்கு குதூகலம் இருக்கத்தானே செய்யும். நடக்கப்போவது அதற்குத் தெரியுமா என்ன..?

விசா அதிகாரியிடம் அழைத்துச் சென்றனர்.

ஒரு 'கவுண்ட்டருக்குள்' பாதுகாப்பாக நின்ற மூத்தப் பெண்மணி, விசாரணையை ஆரம்பித்தார். குடும்பம் குறித்து அதிகம் விசாரித்தார். அமெரிக்காவில் தங்கப்போகும் இடம் குறித்து விசாரித்தார்.

நேர்காணுலுக்கு முதல்நாள் அலைபேசியில் தொடர்பு கொண்ட உலகப்புகழ் அன்பு அறிவிப்பாளர் பி.ஹெச்.அப்துல் ஹமீது அவர்கள் சில பயனுள்ள அறிவுரைகளை வழங்கி யிருந்தார். அதில் ஒன்று, அவர்கள் கேட்காத எந்தக் கேள்விக்கும் நீங்களாக பதில் சொல்லாதீர்கள்.. என்பது.

எனவே கேட்ட கேள்விகளுக்கு மட்டும் பதில் சொன்னோம்.

அந்த அம்மணி நம் பதிலைக் கேட்டுக்கொண்டே வேகவேகமாகக் தட்டச்சு செய்து கொண்டிருந்தார். ஓ... நமக்காக இவ்வளவு விரைவாக விசா அடிக்கிறார் போலும் என்று இந்தப் பாழும் மனம் நினைத்தது.

நேர்காணலை முடித்து அந்த அம்மணி, ஒரு நீட்டோலையுடன் எனது கடவுச் சீட்டையும் தந்தார்.

ஒரே குழப்பம். கடவுச் சீட்டை ஏன் தருகிறார்கள்? ஒருசமயம் விசாவை நாம்தான் ஒட்டிக்கொள்ள வேண்டுமோ? என்று அற்பத்தனமான ஐயம்.

அந்த நீட்டோலையை வாசித்தால் அது நீட்டோலை அல்ல, வேட்டோலை என்று விளங்கியது. அதிர்ச்சியில் மனம் சுழன்றது. ●

5

இரண்டாம் அழைப்பில் ஓர் இன்ப அதிர்ச்சி!

அமெரிக்க விசா மறுக்கப்பட்டது என்ற ஓலையைக் கடவுச் சீட்டோடு பெற்றுக்கொண்டு அங்கே குழப்பத்தோடு நின்றோம்.

மீண்டும் அந்த அதிகாரியிடம் பேசலாமா? என்றால் வேறொரு நேர்காணல் அங்கே தொடங்கி விட்டது.

இன்றைய முடிவு குறித்து எந்தவகையிலும் மேல்முறையீடு செய்ய முடியாது என்று அந்த மறுப்புக் கடிதத்தில் நெருப்பு வாசகங்கள் இருந்தன.

அந்தக் கணத்தில் என்ன செய்யவேண்டும் என உரியோரிடம் ஆலோசனைப் பெற நினைத்தாலும் கையில் அலைபேசி இல்லை.

மிகுந்த மதிப்போடு அழைத்துச் செல்லப்பட்ட அந்தக் கூடத்தில், நின்ற பணியாளர்களில் ஒருவர் அங்கிருந்து வெளியேறுவதற்கு வழிகாட்டுவதற்கு நான் கேட்காமலேயே உதவிக்கு வருகிறார்.

கனத்த மனத்தோடும், குழப்பத்தோடும் அமெரிக்கத் துணைத் தூதரகத்தை விட்டு வெளியேறும் வேளையில், விசா

வழங்கப்பட்டவர்கள் மிகுந்த மகிழ்ச்சியோடு வெளியேறிக் கொண்டிருந்தனர்.

பொருள் பாதுகாப்பகமாய் அங்கு நிற்கும் ஆட்டோக்களில் அலைபேசி, கணினி வைத்துவிட்டுப் போனவர்கள், கேட்கப்பட்ட தொகையை மகிழ்ச்சியாகக் கொடுத்தனர், சிலர் அதிகமாகவும் கொடுத்தனர்.

கார் சாவி வாங்கப்போன நம்மிடமும் அப்படி ஒரு பெருந் தொகையை அத்தோழர் எதிர்பார்க்க, பேசியதை மட்டும் கொடுத்துவிட்டு, இன்னொரு ஆட்டோ பிடித்து கார் நிறுத்திய இடத்திற்குச் சென்றோம்.

காரிலிருந்த அலைபேசியை எடுத்து, மதுரா டிராவல்ஸ் பாலன் ஐயாவிடம் தகவல் கூற அவர் கொந்தளித்தார். அங்கேயே எதிர்ப்பு தெரிவித்திருக்கலாமே என்றார். மதுரா டிராவல்ஸ் அலுவலகத்திற்குப் புறப்பட்டோம்.

இதனிடையே அலைபேசியில் ஏராளமான தவறிய அழைப்புகள்.

கல்லூரியில் இடம்பெறுவதற்காக பரிந்துரை கேட்டு அன்றாடம் ஏராளமான அழைப்புகள் வந்துகொண்டிருக்கும் காலம் அது. மதுரா டிராவல்ஸ் பாலன் ஐயா மகனார் ஸ்ரீஹரன் அதிர்ச்சியோடு நடந்ததைக் கேட்டறிந்தார்.

உடனடியாக இம்முடிவு குறித்து ஓர் ஆட்சேபணை மடலை மின்னஞ்சல் வாயிலாக அமெரிக்கத் துணைத் தூதரகத்திற்கு அனுப்பினோம்.

மாநிலக் கல்லூரி முதல்வர் பேரா.முனைவர் ராமன், அமெரிக்கத் துணைத் தூதருக்கு அறிமுகமானவர். அவரிடம் பேசி, துணைத் தூதர் அலைபேசி எண் பெற்று, அவருக்கும் நமது ஆட்சேபனையை அனுப்பி வைத்தோம்.

உடலும் மனமும், கடும் சோர்வில் இருந்தன. அந்நேரம், பசியும் நம்மைப் பிசைய, எழும்பூர் கென்னட் தெருவில் ஒரு

வி.கே.டி. ஸ்ரீஹரன்

தேநீர்க் கடையில் தேநீர் குடித்து மெல்ல மீளும்போது, தொடர்ச்சியாக அலைபேசி ஒலித்தது.

கல்லூரியில் இடம்கேட்டுப் பரிந்துரை வேண்டுகிற அழைப்பு எனக்கருதி, சற்று தாமதமாகப் பேசலாம் என எண்ணினோம்.

ஆயினும் அழைப்பு தொடர்ந்தபடி இருந்ததால் எடுத்து விசாரித்தோம்.

எதிர்முனையில் பேசிய பெண், "அமெரிக்கத் தூதரகத்திலிருந்து பேசுகிறோம். காலையில் அமெரிக்கத் தூதரகம் வந்திருந்தீர்களா?" என்றார்.

"ஆம், அதுதான் விசா மறுத்துவிட்டீர்களே" என்றோம்.

"மீண்டும் வர இயலுமா?" என்றார்.

வரவேண்டுமெனில் வரலாம் என்றோம்.

இப்போது எங்கிருக்கிறீர்கள் என விசாரித்துவிட்டு, உடனே வாருங்கள் என்றார்.

அது உண்மையான அழைப்பா? இல்லை யாரும் விளையாடுகிறார்களா? என்று குழப்பம்.

மனம் மறக்கா அமெரிக்கா...

வீ.கே.டி.பாலன் ஐயாவிடம் கேட்டேன். உடனே செல்லுங்கள் என்றார்.

புதுக்கல்லூரிக்குச் சென்று காரை நிறுத்திவிட்டு, தம்பி பேரா.ஜாஃபரின் துள்ளுந்தில் மீண்டும் அமெரிக்கத் துணைத் தூதரகம் பயணமானோம்.

இந்த முறை கார் சாவி உட்பட அனைத்து மின்னணு பொருட்களையும் கொடுத்துவிட்டு, நுழைவாயிலுக்குச் சென்றோம்.

அங்கே வாசலிலேயே நம்மை எதிர்பார்த்து ஓர் ஊழியர் இருந்தார். பெயரைச் சொன்ன உடனேயே வேகமாக உள்ளே அழைத்துச் சென்றார்.

மீண்டும் பரிசோதனைச் சடங்குகள். அப்போது எடுத்துக் கொடுக்க மறந்து விட்டு வந்த அத்தர் பாட்டில் நம் கைப்பைக்குள் சிரித்தது.

'இதற்கு அனுமதி இல்லை' என்றனர்.

'சரி எனக்கு வேண்டாம் எடுத்துக் கொள்ளுங்கள்' என்றோம்.

நாங்கள் வாங்க மாட்டோம். இங்கேயும் வைக்க முடியாது. யாரிடமாவது கொடுத்துவிட்டு வாருங்கள் என்றனர்.

வெளியே வந்து ஓர் ஓரமாக அத்தர் பாட்டிலை ஒளித்து வைத்துவிட்டு உள்ளே சென்றோம்.

அதற்குள் வந்துவிட்டீர்கள்? யாரிடம் கொடுத்தீர்கள்? என்றதற்கு, வாசலில் ஒரு ஓரமாக வைத்துள்ளேன் என்றதும், பதறிப்போய்விட்டனர். உடனே என்னோடு இருவர் வந்து, அத்தர் பாட்டிலை எடுக்கச்செய்து இந்த வளாகம் கடந்து எங்காவது கொடுத்துவிட்டு வாருங்கள் என்றனர்.

சற்றுத்தள்ளி, பணியில் இருந்த ஒரு காவலரிடம் 'அத்தர் பாட்டில் வேண்டுமா?' என்றோம்.

'கேமரா இருக்குதே சார்' என்றார் ஆர்வத்தை(?) மறைக்கத் தெரியாத அந்த நல்ல மனுசன்.

மீண்டும் ஆட்டோ தோழர்களிடமே வந்து அத்தர் பாட்டிலைக் கொடுத்தபோது,

'சுண்டக்கா கால் பணம்
சுமைகூலி முக்கால் பணம்'

என்ற பழமொழி நினைவுக்கு வந்தது.

ஒரே நாளில் மூன்றாவது முறையாக அமெரிக்கத் துணைத் தூதரகத்தில் நுழைந்தோம். மீண்டும் பாதுகாப்புச் சடங்குகள்.

காலையில் காட்டப்பட்ட அதே மதிப்பை அளித்து, விசா அதிகாரியிடம் அழைத்துச் சென்றனர்.

ஏற்கனவே கொடுத்த மறுப்போலையில் விசாவை ஒருமுறை மறுத்திருந்தனர். இப்போது அழைத்து நிரந்தரமாக மறுக்கப் போகிறார்களோ இந்த நல்லவர்கள்(?) என்ற எதிர்மறை எண்ணமும் எழுந்தது.

இப்போது விசா, உசாவலுக்காக நடுத்தர வயதில் ஓர் ஆண் அதிகாரி நின்றார்.

காலையில் சொன்னதைவிட சற்று குரல் உயர்த்தியே பதில் கூறினோம்.

நமது ஆவணங்களை அன்புகூர்ந்து பரிசீலித்து முடிவு எடுக்குமாறு வேண்டினோம். தேவையில்லை என்றார் புன்னகையோடு.

"காலையில் எங்களால் தங்களுக்கு ஏற்பட்ட சிரமங்களுக்கு மிகவும் வருந்துகிறோம்" என்றார்.

அமெரிக்க ஏகாதிபத்தியத்தின் அலுவலர் ஒருவர் மன்னிப்பு கேட்டு வருத்தம் தெரிவித்ததில் மனம் குளிர்ந்தது.

அமெரிக்காவில் போய் என்ன பேச உள்ளீர்கள் என்றார். அது ஒரு சம்பிரதாயமாகவே கேட்கப்பட்டது.

புதுக்கவிதையின் பிதாமகன் என போற்றப்படும் வால்ட் விட்மன், புதிய போக்கில் கவிதைகள் எழுதியதையும், தமிழின் மிக மூத்த நூலான தொல்காப்பியத்தில் புதுக்கவிதைக்கான குறிப்புகள் இருப்பதையும் சுருக்கமாகக் கூறியபோது, அவர் முகத்தில் மகிழ்ச்சியின் ரேகைகள்.

எப்போது பயணம் என்றார். நாளை மறுநாள் என்றோம். நாளைக்கு வந்து விசா முத்திரையோடு பாஸ்போர்ட்டைப் பெற்றுக்கொள்ளலாம் என்றார்.

மகிழ்வோடு விடைபெற்றோம்.

அவ்வளவு சுலபமாக விசா கிடைத்து விடுமா? அதற்கு எவ்வளவு பாடுகள் உள்ளன என்பது மறுநாள் அங்கு போனபோது தெரிந்தது. ●

6

ஒருநாள் போதுமா...? இன்றொருநாள் போதுமா?

வாழ்க்கையில் வரிசையில் நின்றிடாத வர்க்கம் ஒன்றுண்டு. ரேசன் கடை, வங்கி, பயண முன்பதிவு, மின்கட்டணம் என ஏராள வரிசைகளில் எதிலுமே நின்றிருக்க மாட்டார்கள்.

இப்போது இணையவழி வந்தபிறகு முன்பு பெருகிய எல்லா வரிசைகளும் இப்போது அருகிவிட்டன. ஆனாலும், ரேசன் கடை முன்பும், அமெரிக்கத் தூதரகத்தின் முன்பும் இருக்கின்ற வரிசை அதிகரித்தபடிதான் உள்ளது.

ரேசன் கடை வரிசை என்றால் இன்னதென்று அறியாத வர்க்கம், வரிசையில் நகரும் வலியை பன்மடங்கு அனுபவிக்க செய்யப்பட்ட ஏற்பாடுதான் அமெரிக்க விசா விண்ணப்பம் என்றால் மிகையாகாது.

அமெரிக்க விசா அதிகாரி சொன்னபடி, நீண்ட வரிசை வாசற்கோலம் போலக் காணப்படும் சென்னை அமெரிக்கத் துணைத் தூதரக அலுவலகம் சென்றோம்.

வாயிற்பணியில் அதிகார மிடுக்கோடு நின்ற அந்த இளைஞரிடம் சிறப்பு நேர்காணல் அழைப்பு என்றிருந்த காகிதத்தைக் காண்பித்தோம்.

இது நேற்றைய தேதி என்றார்.

விசா அதிகாரி இன்று வந்து பெற்றுக்கொள்ளச் சொன்னார் என்றோம்.

காலையில் அழைப்பு வந்தா? என்றார்.

இல்லை என்றோம்.

கேட்டுச் சொல்கிறேன் என்று சொல்லிவிட்டு

'கேட்' அருகே நிற்க வைத்தார்.

மனிதர்கள் நகர்ந்தனர். மணித்துளிகள் கரைந்தன. கேட் அருகே நின்ற நமக்கு அவர் கேட்டுச் சொல்லவில்லை.

சற்று குரல் உயர்த்தி கோபம் காட்டியபிறகு,

பழங்கால நோக்கியா அலைபேசி வழியே உள்ளே தொடர்பு கொண்டார்.

உங்கள் விசா தயாராகவில்லை. தயாரானதும் தகவல் வரும். அப்போது வந்தால் போதும் என்றார் அந்தத் தம்பி.

இலங்கையில், உடனே தருவதாகச் சொல்லிவிட்டு மூன்று மாதம் இழுத்தடித்து விட்டார்கள் என்று அன்பு அறிவிப்பாளர் பி.எச்.அப்துல் ஹமீது சொன்னது நினைவுக்கு வந்தது.

எப்போது விசா தயாராகும்? எப்போது சொல்வார்கள்? என்ற வினாவுக்கெல்லாம் வாயிலில் நிற்கும் இளைஞனின் வாயிலிருந்து எப்படி பதில் வரும்...?

விசா வாங்கும் உற்சாகத்தில் புறப்பட்டு உரிய நேரத்தில் வரும் நோக்கில், கவனமாக நாம் கார் ஓட்டி வந்தபோதும், நம்மை முந்திச் சென்றால் வெற்றிக்கோப்பை கிடைத்துவிடும் என்ற நம்பிக்கையாலோ என்னவோ ஒரு தானி (ஆட்டோ) நமது காரின் முன்பகுதியை இடித்தபடியே முன்னேறினார். காரின் முன்னழகான பம்பர் கழன்று சாலையில் விழுந்தது. சாலைக்கு ஒரு பம்பர் பரிசு...!

முன்பற்கள் அற்ற புன்னகையாய்த் தெரிந்த காரையும், கழன்ற பாகத்தையும், லாயிட்ஸ் சாலை சலாம் கேரேஜில் சரிசெய்யக் கொடுத்துவிட்டுத்தான் தூதரகம் வந்தோம்.

மீண்டும் சலாம் கார்ஷெட்டுக்குப் பயணமானோம்.

தூதரகத்தில் பணியாற்றிய அமெரிக்க அன்பர் ஒருவரைத் தொடர்புகொண்டு விவரம் சொன்னோம்.

சரி, மதியம் சாப்பிட்டுவிட்டு வாருங்கள், வரிசையில் நிற்கவேண்டாம். ராதாகிருஷ்ணன் சாலையில் உள்ள வாசல் அருகே வாருங்கள் என்றார் நண்பர்.

பேரா.முனைவர் ஜாஃபர் வீட்டில் நான் விரும்பியபடி மரக்கறி உணவை பேரா.ஜாஃபரின் வாழ்விணையரான தங்கை மதீனா தயாரிக்க, இருவரும் உணவருந்தினோம்.

நாங்கள் புது வீடு வாங்கிய பிறகு நீங்கள்தான் அண்ணன் முதல் விருந்தாளி என்றார். மிகுந்த மகிழ்ச்சி.

உணவுக்குப் பிறகு மறுபடியும் அமெரிக்கத் தூதரகம்.

ராதாகிருஷ்ணன் சாலை வாயிலில் இறங்கிக்கொண்டு பேரா. ஜாஃபரை அனுப்பி விட்டோம்.

தூதரக அன்பரை அலைபேசியில் அழைத்தோம். சிறிது நேரத்தில் வருவதாகச் சொன்னார்.

அந்த சிறிது நேரத்திற்குள் எத்தனை மணிநேரம் இருக்குமோ என்ற பீதியுடன் நினைத்த சில மணித் துளிகளில் முன்னால் வந்து நின்றார் அந்தப் பண்பாளர்.

என் கடவுச் சீட்டைக் கையில் கொடுத்தார். உள்ளே, பத்தாண்டுகள் அமெரிக்காவிற்கு பன்முறை செல்லும் வாய்ப்புடன் கூடிய விசா முத்திரைக் குத்தப்பட்டிருந்தது. நன்றி சொல்லி விடை பெற்றோம்.

அமெரிக்கத் தூதரகத்தில் விசா மறுக்கப்பட்டு, ஒரே நாளில் அம்முடிவு மாற்றப்பட்டு விசா தரப்பட்டது முதலில் அடியேனுக்குத்தான் என்பதை அறிந்தபோது, ஏகஇறைவன் இந்த அடிமைமீது பொழியும் அளப்பறிய அருளை எண்ணி மனம் நெகிழ்ந்தோம்.

சாலையில் நடந்து வந்துகொண்டிருந்த போதே ஒரு தானி ஓட்டுநர் அருகில் வந்து நிறுத்தி அழைத்துச் சென்றார்.

மகிழுந்தை சலாம் கலாம் சகோதரர்கள் சரிசெய்து வைத்திருந்தனர். மறுநாள் அமெரிக்கா புறப்பட வேண்டும்.

கல்லூரிக் கல்வி இயக்குநரகம் , காவல்துறை சிறப்புப் பிரிவு அலுவலகம் என்று அன்று அலைந்த அலைச்சலைப் பார்த்த அன்புயிர் நண்பர் மூத்த ஊடகவியலாளர் செந்தில்வேல் கொதித்துப் போனார்.

கல்லூரிக் கல்வி இயக்குநரகத்திலிருந்து, காவல்துறை சிறப்புப் பிரிவுக்கு ஒரு படிவம் அனுப்பி, வெளிநாடு செல்லும் பேராசிரியர் மீது ஏதேனும் குற்றவியல் வழக்குகள் உள்ளனவா? ஏதாவது வழக்கில் தேடப்படுகிறாரா? என்று கேட்டு, ஒப்புதல்

பெற்ற பிறகே வெளிநாட்டுப் பயணத்திற்கு தடையில்லாச் சான்று தருவார்கள்.

சிறப்புக் காவல்துறை உயர் அலுவலர்கள் நம்மை நன்கறிந்தவர்கள். பேரா.ஜவாஹிருல்லா அவர்கள் கோரிக்கை வைக்க, எனக்கு முதன்முதலில் கடவுச் சீட்டு பெறவேண்டிய கட்டாய காலத்தில், என்னுடன் ஓர் ஆய்வாளரை அனுப்பி, ஒரே நாளில் கடவுச் சீட்டு பெற்றுத்தந்த காவல் உயர் அலுவலரும், நேர்மையாளர் என்ற பெயரெடுத்தவரும், உன்னத பண்பாளரான அவரும் அடியேனுக்காக பரிந்துரைக்க, சிறப்புக் காவல் அலுவலகம் பரபரக்கிறது. ஆனால் கடிதத்தைக் காணவில்லை.

நண்பர் செந்தில்வேல், கல்லூரிக் கல்வி இயக்குநரகத்திற்கு நேரில் சென்று, இயக்குநர் முனைவர் ஈஸ்வரமூர்த்தி, உதவி இயக்குநர் ஸ்ரீதர் ஆகியோரிடம் நிலைமையை விளக்கி, காணாமல் போன கடிதத்தை மின்னஞ்சலில் அனுப்பி காவல் துறை ஒப்புதல் பெற்று அதை இயக்குநரகத்தில் ஒப்படைத்தபோது இரவு 8 மணி. கடிதத்தை அனுப்பியது போல் பதிவுசெய்து அனுப்பாமல், அடியேனைத் தவிக்கவிட அங்கே ஒரு சதி அரங்கேறி இருந்தது. 'எத்தனை பெரிய மனிதருக்கு எத்தனை சிறிய மனமிருக்கு' என்று ஒருவரை அங்கு நான் எண்ணிக் கொண்டேன்.

புதிதாகப் பொறுப்பேற்றிருந்த கல்லூரிக் கல்வி இயக்குநர் முனைவர் ஈஸ்வரமூர்த்தி அவர்கள் மிகுந்த வாஞ்சையோடு உதவினார். ஆயினும், மறுநாள் விமானத்தைப் படிக்க வாய்ப்பில்லை.

இனிப்புக்கு முந்தைய சில கசப்புகளைக் கடந்து ஒருவழியாக 30.6.2022 அன்று அமெரிக்கா புறப்பட முடிவானது. பயண ஏற்பாடுகளுக்கு ஒருநாள் போதுமா? ●

மனம் மறக்கா அமெரிக்கா

7

கார்த்திகைச் செல்வன் தந்த ஏட்டினிலே...

பரபரப்பு, பதற்றம், பயம், யாவும் எளிதாகக் கூட்டணி வைப்பவை.

அந்தக் கூட்டணி மனத்தை ஆட்டிப்படைக்கும். அத்தகைய தருணங்களில் எவர் ஏக இறைவனைச் சரணடைகிறாரோ அவர் அத்தருணங்களில் அற்புதங்களை சந்திப்பார்.

அவ்வாறு அற்புதங்களை இறைவனின் அருளின் வடிவாக, சந்திக்கும் தருணங்கள் அடியேனின் வாழ்வில் ஏராள முறை நிகழ்ந்துள்ளன. அவை மனத்தை நெகிழ்த்தியும் உள்ளன.

பயண ஏற்பாடுகள் எந்நிலையில் உள்ளன? என்று அன்பு ததும்பிய அக்கறையோடு அலைபேசியில் விசாரித்தார், என் முக்கியப் பொழுதுகள் ஒவ்வொன்றிலும் உடன்நின்று தோள் கொடுக்கும் கெழுதகைச் சகோதரரும் எஸ்.டி. கூரியர் குழுமத்தின் தலைவருமான முனைவர் கே. அன்சாரி.

இரவு புறப்பட வேண்டும். அதற்குள் கல்லூரியிலிருந்து விடுவிப்பாணை பெறவேண்டும். பயண ஏற்பாடுகளை இனிதான் தொடங்க வேண்டும் என்றோம்.

அடுத்த தெருவுக்குப் போவது போல் அடிக்கடி வெளிநாடு சென்று வரும் சகோ டாக்டர் கே.அன்சாரி என் பதற்றத்தை உணர்ந்து, 'ரிலாக்ஸாக' இருங்கள், இன்று மாலை வீட்டுக்கு வருகிறேன்' என்றார்.

எஸ்.டி.கூரியரின் சேவைகளும், நிகழ்வுகளும் செய் நேர்த்தி யோடு இலங்குவதைக் கண்டு மகிழ்ந்திருக்கிறேன்.

2005ஆம் ஆண்டு அடியேனின் முதற் குழந்தையான அன்புமகள் ஹாஜிரா மலர்மதி, இரண்டரை வயதில் இறை புறம் திரும்பியபோது, தாய்லாந்தின் தலைநகர் பேங்காக்கில் ஒரு நிகழ்விற்காகச் சென்றிருந்தேன்.

மகள் இறந்த நிலையிலும் இறையருளால் நிகழ்ச்சியை முடித்துவிட்டுத் திரும்பிய அடியேனை விமான நிலையத்திலிருந்து இல்லம் அழைத்துச் சென்றது எஸ்.டி.கூரியரின் பயணிகள் வரவேற்பு சேவை வாகனம்தான்.

முனைவர் கே. அன்சாரி

விமான நிலையத்தில்...

என் நெஞ்சிற்கினிய தோழரான வலசை சபீருடன் டாக்டர் கே.அன்சாரி இல்லம் வந்தார். எனக்கான பயணப் பெட்டி, டீசர்ட், கைச்சுமைப்பை, அவசர செலவுக்கு அமெரிக்க டாலர்கள் எல்லாம் அவரது பேரன்பின் வடிவங்கள்.

பயண ஏற்பாடு லேசானது. சகோ. வலசை சபீர், பயணப் பெட்டியை நேர்த்தியாக தயார்படுத்த, தோழர்களுக்கான புத்தகங்கள், அன்பளிப்புகள், தமிழ்நாட்டு இனிப்புகள், பலகாரங்கள் இன்னொரு பெட்டியில் குடிபுகுந்தன. பின்னிரவு நேரம் புறப்பட்டு, 12 மணிக்கு சென்னை பன்னாட்டு விமான நிலையம் நுழைந்தோம்.

சென்னையிலிருந்து கத்தார் ஏர்வேஸ் விமானத்தில் தோஹா, தோஹாவிலிருந்து நியூயார்க் நகரின் ஜான் எஃப் கென்னடி சர்வதேச விமான நிலையம் என்பது என் பயணத் திட்டம். கத்தார் ஏர்வேசில் 'செக் இன்' செய்தபோது, கனிவோடு கவனித்த ஊழியர், எவ்வகை இருக்கை வேண்டும் என்றார்.

உள்ளுக்குள் உறங்கிய குழந்தை மனம் அக்கணத்தில் விழித்துக்கொண்டு, 'ஜன்னலோர இருக்கைதான் வேண்டும்' என்றது.

நமது ஜன்னல் பிரியத்தை மின்னல் வேகத்தில் சொன்னாலும், இன்னல் இருக்கைதான் தோஹா வரை கிடைத்தது. அதாவது நடு இருக்கை. இடதுசாரியிலும், வலதுசாரியிலும் யார் வரப்போகிறார்களோ என்று நினைத்தபடி, குடிமைச் சோதனைகளை முடித்து நுழைவாயில் 16ஐ அடைந்தோம்.

QR 529 கத்தர் ஏர்வேஸ் விமானத்தில் காலை 3.50-க்கு ஏற்றுவார்கள். இருக்கை எண் 22J.

புதிய தலைமுறை தொலைக்காட்சி சார்பில் அதன் ஆசிரியரும் அன்பு நண்பருமான கார்த்திகைச் செல்வன் பரிசளித்த ஒரு நாள்குறிப்பேடு இருந்தது.

இப்படி ஒரு தொடர் எழுத உதவும் என்ற எண்ணத்தில் அந்த நாள்குறிப்பேட்டில் பயண அனுபவங்களைக் காத்திருந்த தருணத்திலிருந்து பதியத் தொடங்கினேன்.

அதிகாலை வேளை அமர்ந்த நிலையில் தஹஜ்ஜத் தொழுகை முடித்து, தோஹா செல்லும் விமானம் ஏறினோம். 22J நடு இருக்கை. இடதுபுறம் அமர்ந்தவர் பெயர் கவின்.

சொந்த ஊர் நாகர்கோவிலுக்கும் வள்ளியூருக்கும் இடையில் என்றார். அமெரிக்காவிலேயே படித்துவிட்டு வேலை தேடுவதாகச் சொன்னார். கற்ற கல்வி அவரிடம் ஒரு பண்பையும் பக்குவத்தையும் பதித்திருந்தது.

வலதுபுறம் இருந்த சகோதரி தன் பெயர் ஆர்த்தி என்றார். பூர்வீக ஊர் நெய்வேலி. அமெரிக்காவில் பள்ளி கல்லூரி படிப்புகளை முடித்து

பத்திரிகையாளராகவும் அரசு சாரா நிறுவனத்திலும் பணி யாற்றி வருவதாகக் கூறினார்.

அமெரிக்காவில் இனபேதங்கள், இந்தியர்களுக்கு எதிரான மனோபாவம் ஏதும் உண்டா? என்றோம்.

"முற்றிலும் இல்லை என்று சொல்ல முடியாது. ஆங்காங்கே சில இடங்களில் இருக்கவே செய்கின்றன. ஆனால் அரசு மிக நடுநிலையாக இருக்கும். அரசு சார்ந்த அமைப்புகளும் நியாய மாகவே நடக்கும்" என்றார்.

கருத்துச் சுதந்திரத்தில் நம்நாட்டின் நிலைகுறித்து நம் கருத்தே அவர் கருத்தாகவும் இருந்தது.

விடியும் நேரம்,

தோஹா நெருங்கி விட்டதை விமானம் அறிவித்தது. இருக்கைக்கு எதிரே இருந்த சிறு திரையில் விமானம் தற்போது கடக்கும் தூரம், அடைய வேண்டிய ஊரை அடையும் நேரம், விமானப் பயணத்தின் காலம், அங்குநிலவும் வெப்பநிலை என பல்வேறு விவரங்களையும் அறிந்துகொள்ள வசதி செய்யப்பட்டிருந்தன.

அதுவன்றி திருக்குர்ஆனை அழகான முறையில் கேட்கும் வசதி, ஹஜ் கிரியையகள், வரலாற்றை விளக்கும் காணொளி, கத்தாரின் சுற்றுலாத் தளங்கள், தொழில் முதலீடுகளை விளக்கும் காணொளி, பன்னாடுகளின் இசைமரபுகளும் புகழ்பெற்ற இசைப் படைப்புகளும், உலகப் புகழ்பெற்றத் திரைப் படங்கள் எனப் பயணம்

பொழுதைக் கழிக்க பல்வேறு ஏற்பாடுகள் என்றாலும், சன்னல் வழியாக வானம் பார்ப்பதும், மேகங்களின் ஊர்வலங்களை ரசிப்பதும் இயற்கை நேசர்களுக்கும், இறையற்புதங்களை வியப்பவர்களுக்கும் இனிய பொழுதுபோக்கு.

தோஹாவில் விமானம் தரையிறங்கிய நேரம் விடியற்காலை. சூரிய தூரிகையால் வெள்ளையடிக்கப்பட்ட வானம், மனத்தைக் கொள்ளையடித்தாலும் பார்த்து ரசிக்க யாருக்கு நேரம். சிறகில்லாமல் பறந்துகொண்டிருந்தனர் பயணியர்.

கத்தரின் தலைநகரான தோஹாவுக்கு கழக நிகழ்ச்சிகளுக்காக இருமுறை சென்றுள்ளோம். கத்தர் வாழ் கழக உறவுகளின் பேரன்பு என்றும் மனத்தை ஈரப்படுத்துபவை.

தோஹாவில் இறங்கிவிட்டு அவர்களைப் பார்க்காமல் போவது பூர்வீக ஊரில் உள்ள நம் வீடு வழியாக அவசரமாக நாம் செல்லும்போது, அவ்வீட்டுக்குச் செல்ல முடியாமல் கடக்கும் மனநிலையை எதிரொலித்தது.

பறந்து வந்து இறங்கும் பயணிகளுக்காக பரந்து விரிந்து கிடந்தது தோஹாவின் ஹமாத் பன்னாட்டு விமான நிலையம். அதன் அங்குலம் ஒவ்வொன்றிலும் செழுமை தெரிந்தது. அந்தரத்தில் சுந்தரமாய் சுழன்று கொண்டிருந்த ரயில்கள் கவனம் ஈர்த்தன.

பழுப்பு நிற விதானம் பார்வைக்கு குளுமை, காலை நேரம் கவின்மிகு நேரம். அங்கும் சில அனுபவங்கள் நமக்குக் காத்திருந்தன.

மனம் மறக்கா அமெரிக்கா

8

இருக்கை கிடைத்த கணம் இறக்கை விரித்த மனம்

தோஹாவின் ஹமாத் பன்னாட்டு விமான நிலையம் அதிகாலை வேளையிலும் அதிகமான வேலைகளோடு பரபரப்பாக இயங்கிக் கொண்டிருந்தது. சிறகு முளைத்த கால்களோடு பன்னாட்டு விமானப் பயணிகள் கட்டடத்துக் குள்ளேயே பறந்து கொண்டிருந்தனர்.

விமானப் பயணத்திற்கு முன் உடலும், உடைமையும் சல்லடை போட்டு சலிக்காத குறையாகத் துல்லியமாக பரிசோதிக்கப்பட்டன.

ஸ்கேன் கருவி வழியே கைப்பை, பணப்பை, காலணிகள், உலோகம் கலந்த அனைத்து பொருள்கள், அலைபேசி, மடிக்கணினி, எழுதுகோல், சில்லறைக் காசுகள், மேல் கோட் என அனைத்தையும் அனுப்ப வேண்டும்.

இடுப்பு பெல்ட்டை அங்கு நின்று கழற்றி, பிறகு பரிசோதனைக் கருவியிலிருந்து வெளிவந்த பின் பலர் முன்னால் அணிவது சற்றே சங்கோஜமாக இருந்தது.

பாதுகாப்பு என்ற போர்வையில் பாரதூரமான செயல்கள் செய்யத் தயங்காத அதிகார வர்க்கத்திற்கு, தனி மனிதரின் சங்கடங்கள் சங்கோஜங்கள் எல்லாம் பொருட்டா என்ன?

இந்தியாவின் பாதுகாப்பு அமைச்சராக இருந்தபோதே அமெரிக்காவில் ஜார்ஜ் ஃபெர்னான்டஸை நிர்வாணப்படுத்தி பரிசோதிக்கப்பட்டதும், இந்தியக் குடியரசுத் தலைவராக இருந்தபோதே அமெரிக்க விமானத்தில் வைத்து டாக்டர் அப்துல் கலாம் பரிசோதிக்கப்பட்டதும் நினைவுக்கு வந்தன.

அவர்களே அப்பாடு பட்டிருக்கும்போது நமக்கு இப்பாடு தானே என்று மனம் சற்றே ஆசுவாசப்பட்டது.

தோஹாவிலிருந்து அமெரிக்காவின் நியூயார்க் நகரில் உள்ள ஜான் எஃப் கென்னடி விமான நிலையத்திற்குப் பறக்கின்ற க்யூஆர் 701 விமானத்தில் நுழைந்தோம். இருக்கை எண் 42சி பாதையோர இருக்கை..

ஜன்னலோர இருக்கைக் கிடைத்திருந்தால், நன்றாக இருக்குமே? என உள்ளத்தினுள் ஒளிந்திருந்த குழந்தைமை குரல் கொடுத்தது. நடு இருக்கையாக அமையாமல் போனதே.. என்று ஞானமனம் ஆறுதல் கொண்டது. நினைத்தது கிடைக்கும் என்று உள்ளிருந்த நம்பிக்கையின் குரல் கொடுத்தது.

நடு இருக்கையில் நடுமை வயதும் மென்மை குணமும் கொண்ட ஓர் அருமையான மனிதர். அமெரிக்கர் என்பது பேசும்போது அறிந்தது.

நெருக்கமான இருக்கை வரிசையில் அடுத்த இருக்கையில் அமர வரும் பயணியை எல்லைப் பாதுகாப்புப் படை வீரரைப் போல பார்ப்போர் உண்டு. அதுவும் கொஞ்சம் குண்டாக இருப்பவர்கள் அருகில் நெருக்கி அமர்ந்து விட்டால், தங்கள் சுதந்திரத்தில் குண்டுவைக்கப்பட்டு விட்டதாகக் கருதுவோரும் உண்டு.

இவரோ, நாம் இருக்கையை நெருங்கிய உடனேயே 'ஹெஹோ' என ஓசை எழுப்பி நெடுநாள் பழகிய நண்பரை வரவேற்பது போல் வரவேற்றார். அவரது மனைவி பிள்ளைகள் விமானத்தில் நடுவரிசை இருக்கைகளில் இருந்தனர். குடும்பத்தையும், குழந்தைகளையும் அவர் பார்த்துக்கொண்ட விதம் நமக்கு அவர்மீது அன்பை ஏற்படுத்தியது. பாதையோர இருக்கையை அவருக்குக் கொடுத்தால் அது அவர் குடும்பதோடு பயணிக்க உதவியாக இருக்கும்.

ஜன்னலோர இருக்கைவாசி யார் என அறிந்து பிறகு முடிவு செய்வோம் என அமைதி கொண்டேன். ஜன்னலோர இருக்கைக்கு ஓர் இளம்பெண் வந்தார். வந்தவுடனேயே ஓய்வறை சென்றார். பிறகு விமானம் விண்ணேறிப் பறக்கத் தொடங்கியதும் மீண்டும் ஓய்வறை சென்றார். மிகுந்த சோர்வுடன் காணப்பட்டார். அவர் ஓய்வறை சென்ற நேரத்தில் விமானப் பணியாளர்கள் உணவு பரிமாறினர்.

கத்தர் ஏர்வேஸ் என்றபோதும் கடமை உணர்வோடு 'எல்லாம் ஹலால்தானே' என ஆங்கிலத்தில் கேட்டோம்.

'உறுதியாக அனைத்து ஹலால்தான்' என்று சிரிப்பும், அன்பும் கலந்த குரலில் விமானப் பணியாளர் கூறியவுடன் மரக்கறி உணவே போதும் என்று உணவைப் பெற்றுக் கொண்டோம்.

அதுவோ பல வீடுகளில் கலவரத்திற்கு வித்திடும் உப்புமா?

பழிகார உப்புமாவே விமானத்திலுமா என்னைப் பழிவாங்க வந்தாய் என்று செல்லமாகத் திட்டினோம். *(மனத்துக்குள்)*

நமது ஆச்சாரத்தைப் பார்த்து, பக்கத்து இருக்கை அமெரிக்கர் புன்னகை பூத்தார். (அரபு நாட்டு விமான சேவையாக இருந்தாலும் ஹலாலை உறுதிப்படுத்தும் நமது அவநம்பிக்கை அந்தப் புன்னகைக்குக் காரணமாக இருக்கலாம்).

சாப்பிட்டுக் கொண்டிருக்கும்போது, ஓய்வறை சென்ற அம்மணி திரும்பினார். அவருக்கு வழிவிட வேண்டுமெனில், முன்னிருக்கையில் இருந்து விரிக்கப்பட்ட உணவு மேசையை மூடவேண்டும். அவற்றை வேறிடத்தில் எடுத்து வைக்கவும் வாய்ப்பில்லை.

அவசரம் வேண்டாம். சாப்பிட்ட பிறகு சென்று கொள்கிறேன் என்று அவர் என் இருக்கை அருகில் நின்றார்.

ஒருவரைப் பார்க்க வைத்து உண்பது நமது பண்பாடு இல்லை. உண்ணும் உணவிலிருந்து அந்நிய சகோதரிக்குப் பகிர்வதும் சங்கடம்.

அந்த சங்கடம் உடைக்க, அவரை நலம் விசாரித்தோம்.

உடல்நிலை சரியில்லாததால் அடிக்கடி ஓய்வறை போக வேண்டியிருக்கும் என்று சங்கோஜத்தோடு சொன்னார். அவர் கூறியதில் ஓர் உதவி கோரல் இருப்பதை உணர்ந்தோம். பாதையோர இருக்கை உங்களுக்கு வசதியா? என்றோம். தாங்கள் இருக்கை மாறிக்கொண்டால் மிகவும் உதவியாக இருக்கும் என்றார் அப்பெண்மணி.

நினைத்தது கிடைக்கும் என்ற நம்பிக்கையின் குரலை மீண்டும் நினைவுகூர்ந்தோம்.

இந்தப் பயணத்தில் இறைவனின் அருளை ஒவ்வொரு கணத்திலும் உணர முடிந்தது.

அடியானின் அல்ப ஆசைகள் உடனுக்குடன் நிறைவேறும் தருணங்களில் இறைவனுக்கு நன்றி நவின்றோம்.

சாப்பிட்ட பிறகு, பெரிதும் நேசித்த ஜன்னலோர இருக்கைக்கு மாறிக்கொண்டோம்.

மனம் மறக்கா அமெரிக்கா...

அனைவரும் சாப்பிட்டபோது அவருக்கு உணவு கொடுக்கப்பட வில்லையே. பசியில் இருந்த அவருக்கு உணவைக் கேட்பதில் ஏதோ தயக்கம்.

விமானப் பணியாளரை அழைத்து இந்த வரிசையில் அவருக்கு இன்னும் உணவு கொடுக்கவில்லை என்றோம். அமெரிக்கருக்கு மறுபடியும் சிறு புன்னகை.

தனது உடல்நிலைக்கேற்ற உணவை அந்தச் சகோதரி சொல்ல, அதைப் பரிமாறினார்கள். 'அண்டை வீட்டார் பசித்திருக்க தான்மட்டும் வயிறார உண்பவர் உண்மையான முஸ்லிம் அல்ல' என்ற நபிமொழி பயணத்தில் அடுத்த இருக்கையில் பயணிப்போருக்கும் பொருந்தும் அல்லவா?

மார்க்கமும் அதன்வழி இயங்கும் இயக்கமும் தந்த பாடம் மற்றவர்களுக்காக நாம் கவலைப்படுவதோடு மட்டும் நின்றுவிடக் கூடாது. அந்தக் கவலையை மாற்ற நம்மால் ஆன முயற்சிகளை எடுக்க வேண்டும் என்பதல்லவா?

உச்ச உயரத்தில் விமானம் பறந்து கொண்டிருந்தது. ஜன்னலைத் திறந்தால் பெரும் வெளிச்சம்.

சுமார் 18 மணி நேரப் பயணம். பயணத்தினிடையே இருக்கையில் இருந்த தொடுதிரைக் காட்சி வழியே இனிமையான குரல்களில் திருக்குர்ஆனைக் கேட்கும் இனிய வாய்ப்பு.

விமானப் பணியாளர் நமக்கு பழச்சாறு கொடுத்தார். அடிக்கடி குடிப்பேனே என்று நகைச்சுவையாகச் சொன்னேன். அதை அவர் நகைச்சுவையாக எடுத்துக் கொள்ளாதது நமக்கு நல்லதாகவே போனது.

இடையில் ஒருமுறை ஓய்வறை சென்றோம். அருகில்தான். விமானிகளுக்கான உணவுகள் பானங்கள் வைக்கப்பட்ட பகுதி.

சிறிது தண்ணீர் குடிக்கலாம் என்று சென்றால், பழச்சாறும் சேர்த்துக் கொடுத்து, கிட்காட் சாக்லேட், கார்ன்பிளாக்ஸ் முதலிய பண்டங்களையும் தந்தார் ஒரு பண்புமிக்க விமானப் பணியாளர்.

சாக்லேட்டுகளை வாங்கிப் பைக்குள் பதுக்கி வைக்கும் நம்மைப் பற்றி அவர்கள் நகைச்சுவையாக என்ன நினைத்தால் தான் என்ன?

கவலைப்படாமல் நகர்ந்தோம்.

நெடுநேரம் பறத்தலுக்குப் பின் நியூயார்க் நகரம் நெருங்குவதை விமான இருக்கையின் எதிரில் இருந்த தொடுதிரை அறிவித்தது.

வல்லரசு தேசத்தின் வான் எல்லைக்குள் பறக்கிறோம். அகில நாடுகளில் அவ்வல்லரசு அராஜகங்களை அரங்கேற்றிய போது, அனல்கக்கும் சொற்களால் சூடுபோட்ட நினைவுகள் மனத்துக்குள் சூறாவளியாய் சுழன்றன.

தரையிறங்கும் தருணம்.. வினாக்களும், கனாக்களும் விழிகளில்..

திருவாரூரில் அடியேன் பயின்ற மோசஸ் நடுநிலைப் பள்ளியில் சுட்டுவிரல் நீட்டி நிற்கும் அமெரிக்க அதிபர் ஜான் எஃப் கென்னடியின் படம், பள்ளியின் பெரிய கூடத்தில், “நாடு உனக்கு என்ன செய்தது என்று கேட்பதை விட, நாட்டிற்காக நீ என்ன செய்தாய் என்று எண்ணிப் பார்” என்ற மேற்கோளோடு வைக்கப்பட்டிருக்கும்.

லெபனான் கவிஞர் கலீல் ஜிப்ரானின் இக்கருத்தை ஜான் எஃப் கென்னடி மேற்கோள் காட்டியதால் அது அவருடைய கூற்றாகவே அகிலத்தில் பரவிவிட்டது என்பதை பின்னாளில் அறிந்தோம்.

விமானம் தரை இறங்கியதும் சிலிர்ப்பெனும் சிறகுகள் மனத்தினில் விரிந்தன. அலைபேசி இயங்கத் தொடங்கியது. வட அமெரிக்கத் தமிழ்ச் சங்கங்களின் பேரவையின் அன்பர் நெல்லை கீர்த்தி ஜெயராஜை தொடர்பு கொண்டேன்.

மிகுந்த மகிழ்வை வெளிப்படுத்திய நண்பர் கீர்த்தி, வரவேற்பதற்காக நண்பர் ஈரோடு பிரபு விமான நிலையம் வந்திருப்பதாகத் தெரிவித்து அவரது எண்ணை அனுப்பினார்.

அன்பர் பிரபு அன்பு மலர்களை அலைபேசி வழியே தூவி, வரவேற்றார். விமான நிலையச் சடங்குகள் முடித்து வாருங்கள், வெளியே காத்திருக்கிறேன் என்றார்.

நியூயார்க் விமான நிலையத்திலும் ஒரு சோதனை காத்திருந்தது. சோதனை மேல் சோதனை அதில் சுடர்ந்து எழுந்தால்தானே சாதனை. ●

9
நியூயார்க் நகரம் இறங்கும் நேரம்

அமெரிக்க வான் எல்லைக்குள் விமானம் நுழைந்த கணத்திலிருந்தே அவ்வப்போது குனிந்து பார்க்க உந்தியது மனது.

நியூயார்க் நகரம் நெருங்கும் நேரம். நண்பகலாக இருந்தது. அலைபேசி வழியே விமானத்திலிருந்தே நியூயார்க்கைப் பல கோணங்களில் படம்பிடித்தோம்.

தமிழ் மாநாட்டுக்கு சிறப்பு விருந்தினர் என்ற முறையில் போனாலும் உள்ளத்தில் விழித்திருந்ததோ ஒரு குழந்தை.

விமானம் அமெரிக்காவின் தரையைத் தொட்டதும் பயணத்தைப் பாதுகாப்பாய் அமைத்திட்ட இறைவனுக்கு நன்றிகூறி பிரார்த்தித்தோம்.

ஏறத்தாழ இருபது மணி நேரம், பறத்தலுக்குப் பின் தரை இறங்கியபோது அலுப்பும், சலிப்பும் ஒருபுறம் அழுத்தினாலும், நியூயார்க் விமான நிலையத்தின் பிரம்மாண்டம் வியப்பளித்தது.

அதேநேரம் அங்கு நிலவிய ஒரு அந்நியத்தன்மை மனம் உறுத்தியது.

உற்சாகமும், சோர்வும் கலவையான மனநிலையில், பரபரப்பாய் நகர்ந்தோம். குடிமைச் சோதனைப் பகுதியை நோக்கி. அங்கே திருவிழாக் கூட்டம்போல் திமிறி நின்றது ஒரு மாபெரும் மக்கள் திரள். தடுப்பு ரிப்பன்கள் கட்டப்பட்டு வரிசைகள் பல மடக்குகளாய் மடிந்து நின்றது.

ஆமையினும் மெதுவாக நகர்ந்த அந்த வரிசையில் ஐம்புலனும் அடக்கி மெல்ல நகர்ந்தபோது ஆச்சரியம் பூச்சொரிந்தது.

எனக்குப் பின்னால் இரண்டு தமிழ் இளைஞர்கள். ஒருவர் சென்னை சோழிங்கநல்லூரில் பணி செய்பவர். இன்னொருவர் சிதம்பரத்துக்காரர்.

எதிர்பார்ப்புகளை உடனுக்குடன் நிறைவேறும் தருணங்களில் இறைவேனின் பேரருளை நினைத்து நெகிழ்ந்தேன்.

பேசிக்கொண்டே வரிசையில் நகர்ந்ததில் சிரமம் சற்றே குறைந்தது.

குடியேற்றப் பரிசோதனை (இமிகிரேஷன்) அதிகாரிகள் நீண்ட பரப்பில் கவுண்ட்டர்களில் வீற்றிருந்த இடத்தை வரிசை நெருங்கும்போது, பணியிலிருந்த முதிய அமெரிக்கப் பெண்மணி, 10 ஆம் எண் கவுண்டருக்குப் போகுமாறு நமக்கு சைகை காட்டி சொன்னார். பத்தாம் எண் கவுண்ட்டர் அருகே விரைந்து சென்று நின்றோம். ஏற்கனவே ஒரு பயணிக்கு அந்த கவுண்டரில் குடியேற்றச் சடங்குகள் நடந்து கொண்டிருந்தன. அவர் சென்றதும் காலியாக இருந்த கவுண்டர் முன்பு நாம் சென்று நின்றோம்.

அழைத்தபின் வந்தால் போதும் என்ற அமெரிக்க ஆங்கிலம் நம் செவிகளில் மோதிட, ஐந்து அடிகள் பின்னால் வந்தோம். பிறகு சில வினாடிகளில் அழைக்கப்பட்டோம்.

கடவுச்சீட்டு, கோவிட் தடுப்பூசிகள் போட்டுக்கொண்ட சான்றிதழ், வடஅமெரிக்கத் தமிழ்ச்சங்கத்தின் அழைப்புக்

கடிதம். அமெரிக்காவில் தங்குமிட விவரம், அமெரிக்காவில் போகும் இடங்கள் உள்ளிட்டவை குறித்த ஆவணங்களை அந்த அதிகாரியின் சன்னிதானத்தில்(?) சமர்ப்பித்தோம்.

முன்னதாக என்னிடம் பேசிய நண்பர் ஆரூர் பாஸ்கர், 'நீங்கள் சான்ஃபிரான்சிஸ்கோவிலிருந்து இந்தியா திரும்பும் வகையில் பயணச்சீட்டு எடுக்கப்பட்டுள்ளது. சான் ஃபிரான்சிஸ்கோவுக்கு ஏன் செல்கிறீர்கள்? எங்கு தங்கப் போகிறீர்கள்? என்று விமான நிலைய குடியேற்ற அதிகாரி வினவலாம். நண்பரைப் பார்க்கச் செல்வதாகச் சொல்லுங்கள். நண்பரிடம் தங்குமிட முகவரியைப் பெற்று வைத்துக் கொள்ளுங்கள்' என்று அறிவுறுத்தி இருந்தார்.

சான்ஃபிரான்சிஸ்கோ வளைகுடாப் பகுதியில் தமிழர்களுக்கு மட்டுமின்றி அனைத்து இந்தியர்கள், பாகிஸ்தான், பங்களாதேஷ், சவூதி, பாலஸ்தீன, குவைத் உள்ளிட்ட பலநாட்டு சமூகத் தலைவர்களோடும் நல்லுறவைப் பேணிவரும் நண்பர் கூத்தாநல்லூர் நைஸ் நிலாமுதீன், அவர் நடத்திவரும் ஜிடிஎன் தொலைக்காட்சிக்காக நம்மைப் பலமுறை நேர்காணல் செய்தவர்.

ஃபெட்னா மாநாட்டுக்கு நாம் அழைக்கப்பட்ட உடனேயே, ஆரூர் பாஸ்கர், சீனிவாசன் உள்ளிட்ட நம் நண்பர்களைத் தொடர்பு கொண்டு 'பேரா.ஹாஜாகனி அமெரிக்க வருகை' என்ற பெயரில் ஒரு கட்செவி (வாட்ஸ்அப்) குழுமத்தையே உருவாக்கினார். அதில் ஆலோசனைகள் பகிரப்பட்டன.

நியூயார்க்கில் இறங்கி 5 நாள் தங்கி மாநாட்டு நிகழ்வுகளை முடித்து, டெக்சாஸ் மாகாணம் டாலஸ் சென்று, அங்கு சில நாட்கள் தங்கி, அங்கிருந்து ஃப்ளோரிடா சென்று அங்கு சில நாட்கள், அதன்பிறகு அங்கிருந்து கலிஃபோர்னியா மாகாணம் சான் ஹூசே சென்று இறங்கி, சான்ஃபிரான்சிஸ்கோ வளைகுடாப் பகுதியில் சிலநாட்கள் தங்கி, அங்கிருந்து தாயகம் திரும்புவது என பயணம் திட்டமிடப்பட்டிருந்தது.

நியூயார்க்கில் ஃபெட்னா மாநாட்டு சிறப்பு விருந்தினர்கள் தங்குவதற்காக ஏற்பாடு செய்யப்பட்டிருந்த 'லகார்டியா' விடுதியின் பெயர் லேசில் வாயில் வருவேனா? என்று சோதித்தது. லகார்டியா என்பதற்கு அவர்கள் இட்டிருந்த 'ஸ்பெல்லிங்' அப்படி?

விமான நிலைய குடியேற்ற அதிகாரி விசாரணையை ஆரம்பித்தார். பெயர், நாடு, வருகையின் நோக்கம், எங்கே தங்குதல் எல்லாம் கேட்டார்.

நாம் பதில் சொல்ல சொல்ல அந்த அதிகாரியின் தலை குறுக்கு வாட்டிலேயே அசைந்தது.

நம்நாட்டில் 'முடியாது, மாட்டேன், கூடாது, இயலாது' என்பதற்கு எதிர்மறையாகத் தலையை அசைப்போமே, அதுபோல அந்த அதிகாரி தலையை அசைத்தபடி கேட்டது நம் வயிற்றில் புளியைக் கரைத்தது.

விமான நிலையத்தோடு தாய் நாட்டிற்குத் திருப்பி அனுப்பப்பட்ட சிலரைப் பற்றியும் நமக்கு சொல்லப்பட்டிருந்த தால் அந்தப் பட்டியலில் நாமும் இணைந்துவிடக் கூடாதே என்ற கவலையும் தொற்றிக்கொண்டது.

முனைவர் கே. அன்சாரி

சான்ஃபிரான்சிஸ்கோ செல்வதன் நோக்கம் என்ன? என்றார் அதிகாரி. ஒரு நண்பரை சந்திக்கப் போகிறேன் என்றேன். எங்கே தங்குவீர்கள்? என்றார், ஏற்கனவே நண்பர் கூத்தாநல்லூர் நிலாமுத்தீனிடம் வாட்ஸ்அப் வழியாக வாங்கிய முகவரியைக் காட்டினேன். அதற்கும் அந்த அதிகாரியின் தலை குறுக்குவாட்டிலேயே அசைந்தது.

முள்ளின் மீது நிற்பதுபோல், ஓரிரு மணித்துளிகள், கடிகார முள்ளும் ஓடாமல் நின்று கண்ணில் குத்தியது.

பாஸ்போர்ட் உள்ளிட்ட பயண ஆவணங்களை கண்ணாடித் தடுப்பின் கைவிடும் பகுதி அருகே பட்டென்று போட்டு, ஓக்கை,(ஓK) என்றார் அதிகாரத்தோடு அந்த அதிகாரி.

அந்த இடத்தை விட்டு வெளியேறும் பாதையில் சற்றே நகர்ந்து கடவுச் சீட்டைப் பிரித்துப் பார்த்தோம். டிசம்பர் 2022 வரை அமெரிக்காவில் தங்கிட அனுமதி என்று எழுதி முத்திரை இடப்பட்டிருந்தது.

இறைவனைத் துதித்து நன்றி கூறிவிட்டு, பொருள்களை எடுக்கும் 'கன்வேயர் பெல்ட்' பகுதியை விசாரித்து அதை நோக்கி நடந்தோம்.

தோஹா விமானத்தில் வந்தோரின் உடமைப் பொருள்கள் சுற்றிக்கொண்டிருக்கும் கன்வேயர் பெல்ட்டைக் கண்டுபிடித்து அங்குபோய் நின்று கண்களால் தூண்டில் போட்டோம். நமது பெட்டிகள் சிக்குமா? என்று.

எல்லாப் பெட்டிகளும் வருகின்றன, நமது பெட்டி எங்கே? என்று நாம் நினைப்பது போலவே பெட்டிகளை எதிர்பார்த்து நிற்கும் பலரும் நினைத்தனர்.

பெட்டிக்கு உரியவர்கள் பெல்ட்டில் அதைச் சுற்றி வருவதைத் தூரத்தில் பார்த்த உடனேயே வேட்டைக்குப் பாயும் புலிபோல, பெட்டியைத் தூக்கிட ஆயத்தமாவதையும் காண முடிந்தது.

நெடுநேரம் காத்திருப்பின் பின் எனது ஒரு நீலப்பெட்டி, கன்வேயர் பெட்டில் தனது பவனியைத் தொடங்கியிருந்தது.

சிறிது நேரத்தில் பெல்ட்டின் சுழற்றி சட்டென நின்றது. எனில், விமானத்தில் வந்த எல்லாப் பொருள்களும் வெளிவந்து விட்டன என்று பொருள்.

எனது இன்னொரு பெட்டி வரவே இல்லையே. அதை எப்படி பெறுவது?

முன்பு உம்ரா சென்றபோது, அவ்வாறு ஒரு பெட்டி வரவே இல்லை. இஹ்ராமோடு பலமணி நேரம் ஜித்தா விமான நிலையத்தில் காத்திருக்கப் பொறுமையற்ற நாம், பெட்டி வந்தாலும் சரி வராவிட்டாலும் சரி, என்று உம்ராவுக்குப் புறப்பட்டு விட்டோம்.

பெட்டி காணவில்லை என ஜித்தா விமான நிலையத்தில் முறையாகப் புகார் அளித்தோம். மூன்று நாள்களுக்குப் பின் வந்து பெட்டியை பெற்றுச் செல்லுமாறு தகவல் வந்தது.

அதுபோல, இன்னொரு பெட்டியின் நிலை அமெரிக்காவில் ஆகிவிட்டால் என்ன செய்வது என்ற பீதி ஒருபுறம்.

நெடுநேரமாக வெளியில் காத்திருந்த நண்பர் ஈரோடு பிரபு தயக்கத்தோடு அழைக்கிறார். என்ன ஆனது என விசாரிக்கிறார். 'மேலும் இரண்டு விருந்தினர்கள் மகிழுந்தில் காத்திருக்கின்றனர். அவர்கள் வயதானவர்கள்' என்றார்.

அதுவரை நேரில் சந்தித்திடாத நேயர் பிரபு அடியேனுக்காக நெடுநேரம் காத்திருக்கிறார். அவரை இப்படி காக்க வைக்கிறோமே என்று நமக்கு உறுத்தல்.

விமான நிலை ஊழியர்போல் தோற்றமளித்த ஒருவரிடம், எனது பெட்டி தேடல் படலத்தைத் தெரிவித்தேன். அவர், சுற்றி நின்றுவிட்ட கன்வேயர் பெல்ட் பகுதியை சுற்றித் தேடுங்கள். எங்காவது எடுத்து வைத்திருப்பார்கள் என்றார்.

சுழன்று நின்ற கன்வேயர் பெல்ட்டைச் சுற்றித் தேடியபோது ஓரிடத்தில் உட்கார்ந்திருந்தது அந்தப் பெட்டி

இரண்டாம் பெட்டியை எடுத்துக்கொண்டு வெளியேறும் வழி தேடினேன். அலைபேசி வழியே பிரபு ஆற்றுப்படுத்தினார்.

வெளியே வந்து, சாலை கடந்து, ஒரு குறிப்பிட்ட இடம் சொல்லி நிற்கச் சொன்னார்.

ஏதோ பலமுறை நியூயார்க் வந்து பழகியவன்போல கேட்டுக்கொண்டோம். வெளியேறும் வேளை.. வெறுப்பேற்றியது அங்குள்ள ஒரு நடைமுறை. ●

மனம் மறக்கா அமெரிக்கா

10

இறங்கிய நியூயார்க்கில் எழுந்த நினைவுகள்

காத்திருப்பது ஒரு சங்கடம். அனாவசியமாகக் காத்திருப்பது பெரும் சங்கடம்.

பிறரை நமக்காகக் காத்திருக்க வைப்பது அதனினும் அதீத சங்கடம். மூவகைச் சங்கடங்களும் சங்கமித்து மனத்தை மோதி அழைக்கழிக்கும் வேளையில், நியூயார்க் ஜான் எஃப் கென்னடி பன்னாட்டு விமான நிலையத்திலிருந்து இருபெரும் பெட்டி களோடு வெளியேறும் வேலை.

பெட்டிகளை எடுத்துச்செல்ல ஓரமாய்க் கிடந்த ட்ராலிகளில் ஒன்றை எடுக்கச் சென்றேன். 6 டாலர் கட்டணம் என்றார்கள். ரூபாய் மதிப்பில் தொகை சுமார் 480 என இந்திய புத்தி கணக்கு சொன்னது.

ஆறு டாலர் அல்ல பிரச்சினை. உலகப் பெரும் வல்லரசு என்று மார்தட்டிக் கொள்ளுகிறது அமெரிக்கா. அந்நாட்டிற்கு செல்ல (விசா) நுழைமதிக் கட்டணம், விமானக் கட்டணம், இத்யாதி செலவுகள் எல்லாம் பெருந்தொகையாக செலுத்தி விட்டுத்தான் எல்லோரும் அங்கு வருகிறார்கள்.

நம்நாட்டில் என்னதான் வசதிக் குறைவுகள் என்றபோதும் மனிதாபிமானமும், விருந்தோம்பலும் எல்லா இடங்களிலும் வெளிப்படும்.

சென்னை விமான நிலையத்தில் ட்ராலிகளுக்கு கட்டணம் கிடையாது.

தொடர் வண்டி நிலையங்களில் கூட வயது முதிர்ந்தவர்களை நடைமேடைகளில் அழைத்துச் செல்லும் இலவச சிறுவாகன சேவையும் இயங்குகிறது.

ஏன்..?

முதலில் அது நம் பண்பாடு. அடுத்து அவை பொதுத்துறை நிறுவனங்கள்.

இவற்றை தனியார்மயமாக்கி, கார்ப்பரேட்டுகள் கையில் ஒப்படைத்து விட்டால் அங்கே மனிதாபிமானம் மருந்துக்கும் இருக்காது.

விமான நிலையத்தில் ட்ராலிகளுக்கு இங்கும் கட்டணம் விதிக்கும் நிலைமை வரும். அதைத்தான் ஒன்றிய பாஜக அரசு மும்முரமாய் செய்து வருகிறது.

ரயிலில் தேநீர் விற்றதாக கதைவிட்ட நபர் இப்போது ரயிலையும், ரயில் நிலையத்தையும் தனியாருக்கு விற்றுக் கொண்டிருக்கிறார்.

சில மணித்துளிகளில் நம்மைக் கண்டுபிடித்த தோழர் பிரபு, ஏற்கனவே இருவரின் பொருட்கள் நிரம்பியிருந்த தனது பெரிய மகிழுந்தில் எனது பெட்டிகளையும் அழகாக உள்ளடக்கி விட்டார்.

மகிழுந்தின் உள்ளே நெடுநேரம் காத்திருப்பவர்களை அறிமுகப்படுத்தினார்.

இதயநோய் சிகிச்சையில் உலகப் புகழ் பெற்றவரும், பெரியார், அண்ணா, காமராஜர், எம்.ஜி.ஆர், கலைஞர்

ஆகியோருக்கு மருத்துவம் செய்தவருமான இதய மருத்துவ நிபுணரும் மருத்துவக் கல்லூரிப் பேராசிரியருமான சொக்க லிங்கம். இவர் இனமானப் பேராசிரியர் க.அன்பழகனின் மருமகன். அவருடன் அவரது வாழ்விணையர் இனமான பேராசிரியர் க.அன்பழகனின் மகளார் மருத்துவர் அ.செந்தாமரை.

இனமானப் பேராசிரியர் க.அன்பழகனின் அருஞ்சிறப்புகள் சிலவற்றை நாம் அவரது மகளாரிடம் பகிர்ந்தோம். அவரும் முத்தமிழறிஞர் கலைஞரும் பயின்ற திருவாரூர் வ.சோ.ஆண்கள்

பிரபல இதய மருத்துவர் சொக்கலிங்கம் அவர்களோடு நியூயார்க் விமான நிலைய வாயிலில்...

மேநிலைப் பள்ளியில்தான் நாமும் பயின்றோம். படிக்கும் பருவத்திலேயே 'இடியோசை' என்ற கையெழுத்துப் பிரதியை பள்ளியில் நடத்தினோம் என்ற தகவல்களை நாம் கூறியதும் இணையருக்குப் பெரும் மகிழ்ச்சி.

ஓர் இயக்கத்தின் பொதுச்செயலாளர் எப்படி இருக்க வேண்டும் என்பதற்கு இலக்கணம் வகுத்து, எவ்வித சலனத் திற்கும் தனது பொது வாழ்வுப் பயணத்தில் இடம்கொடுக்காதவர் இனமானப் பேராசிரியர் க. அன்பழகன் என்பதையும், அவரது இறப்புக்குச் சென்றிருந்தபோது, அவரது பேரன், தலைவர் பேரா.எம்.எச். ஜவாஹிருல்லா தொலைக்காட்சி விவாதங்களில் பங்கேற்கிறபோது, மிகவும் கூர்ந்து கவனிப்பார் என்று கூறியதையும் அவர்களுக்கு அறியத் தந்தபோது பெரும் மகிழ்ச்சி அடைந்தனர்.

மருத்துவர் சொக்கலிங்கம் அவர் இணையர் செந்தாமரை அடிக்கடி அமெரிக்கா வருபவர்கள். அவரது பேரப்பிள்ளைகள் அங்குள்ளனர். முதன்முறை அமெரிக்கா சென்ற நாம், அந்நாட்டை வியக்காமல் பேரா.அன்பழகன் மற்றும் சமூகநீதி இயக்கத் தலைவர்களின் நினைவுகளில் ஆழ்ந்ததை அவர்களும், அன்பர் பிரபுவும் ஆச்சரியமாகக் கவனித்தனர்.

ஜான் எஃப் கென்னடி பன்னாட்டு விமான நிலையத்திலிருந்து வெளிவந்து 678 நார்த் என்னும் சாலை வழியே பயணித்து கிராண்ட் சென்ட்ரல் பார்க்வே வழியாக வந்து குயின்ஸ் மியூசியம் கடந்து லகார்டியா பிளாசா என்னும் நட்சத்திர விடுதிக்குச் சென்றது மகிழுந்து. அங்குதான் மாநாட்டுக்கு வரும் சிறப்புவிருந்தினர்கள் தங்குவதற்கு ஏற்பாடு செய்திருந்தனர்.

லகார்டியா என்பவர், நியூயார்க்கின் ஒரு பேராளுமையாக வாழ்ந்தவர் போலும்.

லகார்டியா பெயரில் விமான நிலையமும் அங்குள்ளது. அதன் அருகே உள்ள லகார்டியா ப்ளாசா நட்சத்திர விடுதியை மாலைப் பொழுதில் சென்றடைந்தோம். சுமைகள் மகிழுந்திலேயே இருக்க நாங்கள் மட்டும் இறங்கிச் சென்றோம்.

வரவேற்பகத்தில் ஃபெட்னா நிர்வாகிகளோடு ஒரு குட்டித் தமிழ்நாடே குழுமி இருந்தது.

கீர்த்தி, கால்டுவெல் வேள்நம்பி உள்ளிட்ட அன்பர்கள், தடை பல கடந்து நடையிட்டு வந்த நமது வருகையை உவகையோடு கொண்டாடி மகிழ்ந்தனர். நாம் தங்க ஒரு மிகப்பெரிய சூட் அறை ஒதுக்கப்பட்டிருந்தது.

தமிழகப் பண்பாட்டுப் பேரவை நிகழ்ச்சிக்காகச் குவைத் சென்றிருந்தபோது குவைத்தில் பெரிய ‘சூட்’ அறையில் நாம் தங்க ஏற்பாடு செய்திருந்தனர்.

ஒரு பெரிய வரவேற்பகம் அமர்ந்துபேசிட அறைக்கலன்கள் உள்ள இரண்டு பெரிய அறைகள். அருகில் ஒரு சமையற்கூடம்.

ஒரு பெரிய குடும்பம் தங்கவேண்டிய இடத்தை தனியொரு வனுக்கு ஒதுக்கியது உறுத்தியது. அதைத் தாணடி, இரவில் உறக்கம் வரவில்லை. பயம்தான் வந்தது.

வரவேற்க வந்த ஃபெட்னாவைச் சேர்ந்த
நண்பர் ஈரோடு பிரபுவுடன்...

பள்ளிவாசல் சற்று தொலைவில் இருந்தது. அதிகாலைத் தொழுகைக்குப் போய், தொலைந்து போய்விட்டால் என்ன செய்வது?

பயண ஆவணங்களையெல்லாம் இடுப்பில் வைத்துக்கொண்டு மிகக்கவனமாக வழிகளை அடையாளம் வைத்துக்கொண்டு தனியாளாக குவைத்தில் தொழுகைக்குச் சென்றதும், தெருக்களைச் சுற்றிவந்து சேர்ந்ததும் ஒரு திக்திக் அனுபவம்.

இருநாளைக்குப் பிறகு சகோ.அலி இல்லத்திற்கு மாறி விட்டோம். மனிதர்கள் இல்லாத மாளிகை என்பது மயானம் போன்றது என்பது நம் கருத்து. நியூயார்க்கிலும் அப்படி ஓர் அனுபவத்தை சுவைக்க ஆசையில்லை. அதேநேரம் குடும்பத்தோடு வந்திருந்த அன்புத்தோழரும், ஃபெட்னாவின் அப்போதைய தலைவருமான கால்டுவெல் வேள் நம்பிக்கு அப்பெரிய அறை பொருத்தமாக இருந்தது. நாங்கள் அறையை மாற்றிக்கொள்ள முடிவு செய்தோம்.

இருபது மணி நேரம் விமானப் பயணம். இடையே மூன்று பன்னாட்டு விமான நிலையங்களின் அலைக்கழிக்கும் சடங்குகள், வாகனப் பயணம் இவற்றையெல்லாம் கடந்துவந்த நமக்கு அங்கே சந்தித்த அன்புத்தமிழ் முகங்களான முனைவர் ஜெயரஞ்சன், சன் தொலைக்காட்சி செய்தியாசிரியர் குணசேகரன், ஓவியர் மருது, கவிஞர் ஈரோடு தமிழன்பன், மருத்துவர் சிவராமன், சு.வெங்கடேசன் எம்.பி., அன்பு அறிவிப்பாளர் பி.எச்.அப்துல் ஹமீத், பாலச்சந்திரன் இ.ஆ.ப., பேரா.குறிஞ்சி வேந்தன், ஆழிசெந்தில்நாதன் உள்ளிட்டோரை சந்தித்ததும் உற்சாக அருவி உள்ளத்தைக் குளிப்பாட்டியது.

அதே நேரம், ‘இயற்கை’ உபாதை படுத்திய பாடும்.. அந் நாட்டிற்குப் பரிச்சயமாகாத நம் பண்பாடும் தந்த அவஸ்தைகள் இருக்கிறதே அதை முழுமையாக எழுதிட முடியாது.

ஜான் எஃப் கென்னடி பன்னாட்டு விமான நிலையத்தின் ஒதுங்கிடங்கள் அமெரிக்கக் கழிப்பறை அமைப்பிலேயே இருந்தன. அவற்றைப் பயன்படுத்துவதில் நமக்குத் தயக்கம் இருந்தது.

ஏன் தயக்கம்..? அந்தக் கழிப்பறைகளில் எல்லாம் இருந்தன. வகைவகையான திரவ சோப்புகள், வாசனை திரவியங்கள், முகம்கழுவி ஒப்பனை செய்வதற்கான அழகு சாதனங்கள் யாவும் இருந்தன.

கழிப்பறைக்கு அருகே தண்ணீர்க் குழாய் இருக்க வேண்டிய இடத்தில் திசுக் காகிதச் சுருள்தான் இருந்தது. தண்ணீருக்குப் பதிலாக திசுக் காகிதத்தைப் பயன்படுத்த வேண்டுமாம். அப்படி ஒரு நிலையைக் கற்பனை செய்தும் பார்க்க பயந்தது இந்திய மனது..

விமான நிலையத்தில்தானே இப்படி. நாம் தங்கும் விடுதியில் நிச்சயம் நாம் எதிர்பார்க்கும் தண்ணீர் வசதி இருக்கும் என்று எதிர்பார்த்தோம்.

அறையை ஏற்பாடு செய்து ஒழுங்கமைப்பதற்கான நடை முறைச் சடங்குகள் ஒருபுறம் நடந்து கொண்டிருக்க, கனிவான தமிழ் முகங்களைக் கடந்து கண்கள் ஒன்றை மிகுந்த ஆவலோடு தேடுவதையும், முகம் வாடுவதையும் நண்பர் தஞ்சை தமிழ்ப் பல்கலைக்கழகப் பேராசிரியர் முனைவர் குறிஞ்சி வேந்தன் குறிப்பால் உணர்ந்து விட்டார். அவரும் திருவாரூர்க்காரர்தான்.

தஞ்சைத் தமிழ்ப் பல்கலைக்கழகத்தின் அயலகத்துறைத் தலைவர் பொறுப்பில் சிறப்பான முத்திரைகளைப் பதித்து வருகிறார் , ‘வாருங்கள் நம் அறைக்குச் சென்று சிறிது இளைப்பாறிவிட்டு வருவோம். அங்குள்ள ஓய்வறையைக்கூட (கழிப்பறை) பயன்படுத்திக் கொள்ளலாம்’ என்றார்.

அந்த மந்தாகாசமான ஒளி நிலவின் ஒளியை நினைவூட்டியது. அந்த அலங்காரங்கள் அகத்தை ஈர்த்தன. ஆனாலும், அங்கே யும், தண்ணீர்க் குழாய் இருக்கவேண்டிய இடத்தில் திசுக் காகிதச் சுருளே இருந்தது. திடுக்கிட்ட மனத்தோடு திரும்பி வந்தோம்.

அதற்குள் அறை ஒதுக்கப்பட்டு, ஐந்தாவது மாடிக்கு சுமை களோடும், அவஸ்தைகளோடும் மின்னேற்றியில் சென்றோம்.

அறைக்கு இரண்டு மின்னணு சாவிகள் என்னும் அட்டை களைத் தந்தார். நட்சத்திர விடுதியின் ஊழியர் அறையின் வசதிகளை அவர் விளக்க விளக்க, வயிறு கலக்கு கலக்கென்று..?

தொலைக்காட்சி, இணையம், விசாலமான அறை, மெத்தை கள், ஆடைகள் வைக்கவும் மாற்றவும் பெரிய இடங்கள்.

விரும்பும்போது தேநீர், குளம்பி போட்டுக் கொள்ள உப கரணங்கள், அழகு சாதனப்பொருட்கள், பிஸ்கெட் வகை யறாக்கள், குளிர்சாதனங்கள், மெத்தை விரிப்புகள், மெத்தென்ற போர்வைகள், ஒரு மனிதனுக்கு பத்து பூத்துவாலைகள்.. அறையின் கோடியில் அழகான பால்கனி, சுற்றிலும் கண்ணாடித் தடுப்புகள், அதை மறைத்து அழகான திரைச் சீலைகள், எல்லாம் எல்லாம் அங்கே இருந்தாலும் மனமும் உடலும் தேடியது ஒரே இடத்தை... அவ்விடத்தை ஊழியர் திறந்துவிட்டதும், பிறகு வாருங்கள் என்று அனுப்பிவிட்டு, உடைகளை மாற்றிக்கொண்டு போனால், அமெரிக்கக் கலாச்சாரம் அங்கும் நம்மைப் பார்த்து எள்ளி நகையாடியது.

ஆம், அங்கும் திசுக்காகிதங்களே..

மறுநாளிலிருந்து ஃபெட்னா மாநாடு தொடங்கிவிடும். இரண்டாம் நாளில் வந்து இணைந்து கொள்வதாக நண்பர் ஆரூர் பாஸ்கர் தெரிவித்தார்.

மக்கள் உரிமை மற்றும் கறுப்பு வெள்ளை ஊடகத்தின் முன்னாள் தொழில்நுட்ப ஊழியரும், என் நெஞ்சில் நிறைந்த அன்புத் தம்பியுமான அதிராம்பட்டினம் ஷஃபி லாஸ் ஏஞ்சல்சிலிருந்து அழைத்திருந்தார். கழகச் சகோதரர் அதிரை சாவன்னா எனப்படும் சாகுல் ஹமீதும் நியூயார்க்கில் இருந்தார். புதிய நம்பிக்கைகள் துளிர்விட்டன...

11

பெருமதிப்பாய் மாறிய ஓர் அவமதிப்பு...

நியூயார்க்கின் புகழ்பெற்ற லகார்டியா பிளாசா நட்சத்திர விடுதியின் ஐந்தாவது மாடியில் அறை எண் 553 அடியேனுக்கு ஒதுக்கப்பட்டிருந்தது. ஆறாவது மாடியில் அறை எண் 617 இல் அன்பு அறிவிப்பாளர் பி.ஹெச்.அப்துல் ஹமீத் இருந்தார்.

மாலை ஆறு மணி மதியம் 2 மணி உணர்வைத் தந்து கொண்டிருந்தது. அறையில் உடை மாற்றி, இளைப்பாறிய வேளையில் நண்பர் ஈரோடு பிரபு சொன்னார். மிகவும் அசதியாக இருந்தாலும் இப்போது உறங்கி விடாதீர்கள். எப்படியாவது இரவு 10 மணி வரை விழித்திருந்து பிறகு உறங்குங்கள். அப்போதுதான் ஜெட்லாக் சரியாகும் என்றார்.

அது என்ன ஜெட்லாக்..?

இந்தியாவின் இரவு, அமெரிக்காவின் பகல். எனவே இந்தியாவிலிருந்து சென்ற நமது உயிர்க் கடிகாரம், அமெரிக்க இரவில், இந்தியப் பகலை அனுஷ்டிக்கும். அமெரிக்கப் பகலிலும் இமைகளை உறக்கத்தால் தைக்கும். இதுவே ஜெட்லாக். ஓரிரு நாள்களில் இந்த உறக்கக் குழப்பம் உடலைவிட்டு நீங்கும்.

மஃரிப், இஷா தொழுகைகளை இணைத்துத் தொழுதுவிட்டு லகார்டியா பிளாசா விடுதியின் வரவேற்பக வளாகத்திற்கு வந்தோம். தமிழ்நாடு ஆளுமைகள், விருந்தினர்கள் குழுமி யிருந்தனர். மரக்கறி வகைப்பட்ட இரவு விருந்து.

என்னைக் கண்டதும் பேரன்பு வடிவமான இனமானக் கவிஞர் ஈரோடு தமிழன்பனுக்கு பெரும் உற்சாகமும், மகிழ்ச்சியும். இரவு உணவை இணைந்தே உண்டோம்.

அறைக்குத் திரும்பி திரைகளை அகற்றி கண்ணாடி சுவர்கள் வழியே பார்த்தால், இரவு 9 மணி வரை கூடுதல் நேரப்பணி செய்த சூரியன் அரை மனத்தோடு மறைந்திருந்தது. இருள் போர்வையை தூரத்து வெளிகள் போர்த்தினாலும், வளாகத்தை சுற்றி வெளிச்ச மழைதான்.

முதல் இரவு என்றால் தூக்கத்திற்கு வேலை இல்லை போலும். அமெரிக்க நாட்டில் நாம் சந்தித்த முதல் இரவும் உறக்கமின்றி அமைந்து விட்டது. இது தனிமை பறித்த உறக்கம்.

நான்கு கண்ணாடி சுவர்களுக்குள்ளே நானும், இரவு விளக்கும் எரிய உறக்கம் தொலைத்த அவ்விரவோ இறைவனின் நெருக்கம் பெறும் வணக்கத்திற்கு உதவியது.

“தனிமை துயரங்களின் கூட்டாளி. அதுவே ஆன்ம எழுச்சியின் தோழனும் கூட” என்ற லெபனான் கவிஞானி கலீல்ஜிப்ரானின் வரியும் நினைவுக்கு வந்தது.

தஹஜ்ஜத் வேளையில் ஒரு மன அமைதி. ஃபஜ்ரு தொழுத பின் லேசாக ஒரு அசதி. சிறிது நேரத்தில் ஜூலை 1 முதல் நாள் மாநாட்டிற்குத் தயாரானோம்.

அலைபேசி ஓர் அதிர்ச்சியைத் தந்தது. ஏர்டெல் நிறுவனத் திற்கு நான்காயிம் ரூபாய் கட்டினால் அமெரிக்க ரோமிங் சேவை தருவதாகக் கூறினார்.

இந்தியாவிலிருந்து உள்ளூர் அழைப்பிலேயே பேசிக் கொள்ளலாம். அமெரிக்காவிலிருந்து 100 மணித்துளிகள்

செயின்ட் ஜோன்ஸ் பல்கலைக்கழக வளாகத்தில் வரவேற்றஃ பெட்னாவின் தலைவர் பாலாசுவாமிநாதன், (வலது) ஒனக்ஸ் கூரியர் முஜீப், இடதுபுறம் அன்பு அறிவிப்பாளர் பி.எச்.அப்துல்ஹமீது

இலவசம். இணைய சேவை 5ஜிபி இலவசம் என்றதும் அத்திட்டத்தில் இணைந்திருந்தோம்.

அலைபேசி சேவை இறந்திருந்தது. அலைபேசியை அணைத்து விட்டுப் போட்டால் சரியாகி விடும் என்ற அரதப் பழசான யோசனையும் கைகொடுக்கவில்லை. வைஃபை வசதி காரணமாக வாட்சப் அழைப்பு மட்டும் இயங்கியது ஓர் ஆறுதல்.

அன்பு அறிவிப்பாளர் பி.ஹெச்.அப்துல் ஹமீத் அவர்களும் ஒனக்ஸ் கூரியர் முஜிபுர் ரஹ்மான்,லண்டன் தி.மு.க அமைப்பாளர் சகோ. ஃபைசல் (நாகூர்) உள்ளிட்டோரும் வர, ஃபெட்னா மாநாடு நடைபெறவிருந்த செயின்ட் ஜான்ஸ்

பல்கலைக்கழகத்திற்கு மகிழுந்தில் பயணமானோம். முன்னதாக விடுதிக்கு வந்திருந்த நடிகர் நெப்போலியனுடன் அளவளாவினோம்.

மகிழுந்தில் பயணமான நேரத்தில் சிறிது பேசினாலும் மனசெல்லாம் அகால மரணம் அடைந்துவிட்ட அலைபேசி இணைப்பைக் குறித்தே சுற்றிவந்தது.

லகார்டியா பிளாசா நட்சத்திர விடுதிக்கு வரவேற்க வந்த நடிகர் நெப்போலியனுடன் பேரா.ஹாஜாகனி, ஓவியர் ட்ராட்ஸ்கி மருது

எஸ்.ஜே. எனப்படும் செயின்ட் ஜான்ஸ் பல்கலைக்கழக வளாகத்தில் எங்கள் வாகனம் நுழைந்தபோது ஃபெட்னாவின் புதிய தலைவராகப் பொறுப்பேற்க இருந்தவரும், அமெரிக்க அதிபர் ஜோ பைடனின் பரப்புரைக் குழுவில் இடம்பெற்றவரு மான பாலா சுவாமிநாதன் மற்றும் ஃபெட்னா தோழர்கள் எதிர்கொண்டு வரவேற்றனர்.

வருகையைப் பதிவு செய்த பிறகு, கைக்கடிகாரம் போல சுருளான ஓர் ஒட்டியைக் கையில் அணிவித்து, குளிக்கும்போது கூட இதைக் கழற்றக் கூடாது என்று அன்பு அறிவிப்பாளர் பி.ஹெச்.அப்துல் ஹமீத் கூறினார். அவர் அவ்வாறே பின் பற்றினார். அடியேன் மறுநாள் வேறொன்று வாங்க நேர்ந்தது.

எனது அலைபேசி இணைப்பை மறுஉயிர்ப்பு செய்திட அலைபேசியின் உகிறி அட்டையை (அதாவது சிம்கார்ட்) எடுத்துவிட்டு மீண்டும் போட்டால் சரியாகும் என்ற பன்னாட்டு வைத்தியமும் பகிரப்பட்டது. பின் யோசனையற்ற நம்மிடம் 'பின்'இல்லை. நெடுங்காலமாய்த் தான் வைத்திருக்கும் பின்னுக்கு இன்று ஒரு பயன்பாடு என்று தான் மணிப்பர்சில் வைத்திருந்த 'பின்'-ஐ அன்பு அறிவிப்பாளர் பி.எச்.அப்துல் ஹமீது தந்துதவினார். அது அன்பின் அடையாளம்.

ஊடக உலகில் உறுதியாகப் போராடி ஒவ்வொரு படியாய் முன்னேறி அச்சு ஊடகத்தில் அகரம் தொடங்கி காட்சி ஊடகத்தில் சிகரம் அடைந்த அன்பு நண்பர் சன் தொலைக் காட்சியின் தலைமைச் செய்தி ஆசிரியர் குணசேகரன் எனது அலைபேசி இணைப்பை மீண்டும் பெற்றிட ஆப்பிள் அலைபேசியோடு பெரும் போராட்டத்தை நடத்திப் பார்த்தார். மேலும் சில அன்பர்களும் இதில் மும்முரமாய் முயன்று பார்த்தனர். இவை யாவும் தன்னோடு இருப்பவரின் தொல்லை களைய அன்புள்ளங்கள் காட்டும் அதீத அக்கறையை வெளிப்படுத்தி நெகிழ வைத்தன.

அலைபேசிக் கவலையை அடக்கம் செய்துவிட்டு மாநாட்டு நிகழ்வுகளில் மனம் கரைத்தோம். முதலாம் நாள் தொழில் முனைவோர் மாநாடு. அமெரிக்காவில் வெற்றிக்கொடி

நாட்டிய தமிழர்கள் தாங்கள் வென்ற கதையை நன்றாக நவின்றனர்.

ஆசான்ஜி என்பவர் ஓர் ஆரம்ப உரையை ஆன்மீகம் கலந்து நிகழ்த்தினார். நம் அருகில் இருந்த ஓர் ஆளுமை கேட்டார். என்ன புரிந்தது என்று..?

ஆன்மீகமும் ஒரு தலையாயத் தொழிலாய் தகுதி பெற்று விட்டதாகப் புரிகிறது.. என விளையாட்டாகச் சொன்னோம். அதே கருத்தில் இருந்த அவருக்கு ஒரே ஆனந்தம்.

நடிகர் நெப்போலியன், அமைச்சர் நேருவின் உதவியாளராய் வாழ்வைத் துவங்கி தற்போது அமெரிக்காவில் 300 ஏக்கர் நிலத்தில் விவசாயமும் பல வணிக நிறுவனங்களும் நடத்திவரும் நிலையை அடைந்த விதத்தை அழகாகக் கூறினார்.

கலைஞரை நன்றியோடு நினைவுகூர்ந்தார். இடைப்பட்ட காலத்தில் அரசியல் ரீதியாக அவர் எடுத்த தவறான முடிவு களுக்கு (பாஜகவில் சேர்ந்தது) பிராயச்சித்தம் தேடும் தொனி அவரது உரையில் இருந்தது.

மாநாடு முடிந்து மாலை லகார்டியா பிளாசா விடுதிக்கு பேருந்தில் திரும்பினோம். அறைக்குச் சென்று உடை மாற்றி கீழே வரும்போது, நண்பர் நெல்லை கீர்த்திஜெயராஜ் அவர்

துணைவி பிள்ளை நற்பவி பேரா.குறிஞ்சி வேந்தன் ஆகியோர் இரவு உணவுக்கு அழைத்துச் சென்றனர்.

எங்களுக்காகச் சொல்லியிருந்த உருளைக்கிழங்கு ஃப்ரெஞ்ச் ஃப்ரை மிகவும் சுவையாகவும் அதிகமாகவும் இருந்தது. அதில் பாதியை எடுத்துச் சென்று அடுத்த மேசையில் இருந்த முனைவர் ஜெயரஞ்சன், பாலச்சந்திரன் இ.ஆ.ப., குணசேகரன் இருந்த வட்ட மேசையில் வைத்தோம்.

இது ஆரூரின் கருணையன்றோ..! என்று குறும்புததும்பும் அன்பு கேலி செய்தார் தமிழக அரசின் கொள்கைவளர்ச்சிக் குழுவின் துணைத்தலைவர் முனைவர் ஜெயரஞ்சன்.

இரவு உணவும், உறவின் உணர்வும் உள்ளத்தை மலர்விக்க, அறைக்குத் திரும்பிய நேரம், அதிராம்பட்டினத்து அன்புத் தம்பி இஸ்மாயில் தலைமையில் தோழர்கள் வந்தனர்.

மறுநாள் மாநாட்டு நிகழ்வுகளை விவரித்து, அதற்கேற்ப நமது நிகழ்ச்சி நிரலைத் தயாரித்தோம்.

இரவு மெல்ல மெல்ல நகர்ந்தது. விழியோ விழிப்பையே நுகர்ந்தது. ஏர்டெல் அமெரிக்க ரோமிங் சேவை அடிக்கடி சிக்கலில் சிக்குவதையும் அதனால் நுகர்வோருக்கு ஏற்படும் இழப்பையும் நண்பர் கீர்த்தி கூறினார்.

இவ்விவரம் தெரிந்தவுடன் வேறொரு அலைபேசி வழியே சென்னை ஏர்டெல் நிறுவனத்திடம், ஒருநாளில் மீண்டும் இணைப்பு கிடைக்காவிட்டால் வேறொரு விளம்பரம் கிடைக்கும்(?) என்ற செய்தியை அன்பாகச் சொல்லி விடுமாறு எஸ்.டி.கூரியர் தலைவர் சகோ.அன்சாரி அவர்களின் நேர்முக உதவியாளர் தம்பி ஜுனைதுக்குத் தெரிவித்திருந்தோம்.

அது வேலை செய்தது. அலைபேசி இணைப்பும் உயிர்பெற்று வேலைசெய்யத் தொடங்கியது.

மாநாட்டின் இரண்டாம் நாள் நிகழ்வு. அதிகாலையில் என் அன்புத் தோழர் ஆரூர் பாஸ்கர் ஃப்ளோரிடாவிலிருந்து பறந்து வந்து இணைந்தார்.

இருவரும் வேட்டி கட்டிக்கொண்டு ஃபெட்னா மாநாடு நடக்கும் செயின்ட் ஜோன்ஸ் பல்கலைக் கழகத்திற்கு பேராளர் களுடன் பேருந்தில் புறப்பட்டோம்.

எங்கள் வேட்டி சட்டை விசேட கவனிப்பைப் பெற்றது. வேட்டி குறித்தே சிலர் பேட்டி கண்டனர். மாநாட்டு வளாகத்தில் தொழுகை நேரங்களில் தனியாக ஓர் இடம் கண்டு அங்கே தொழுது கொண்டோம்.

அமெரிக்கத் தூதரகம் வரை மின்னஞ்சல் போட்டு நமது பயணத்தைத் தடுத்திட உழைத்த சில முட்புதர் மனம் ஒன்று தமிழகத்தில் ஓர் அற்பச் செய்தியைப் பரப்பி ஆனந்தம் கொள்ளும் தகவல் நமக்கு வந்தது.

ஃபெட்னா மாநாட்டில் நாம் பங்கேற்கும் செய்தியை கடைசி நேரம் வரை மாநாட்டு அமைப்பாளர்களுக்கு உறுதிப்படுத்த முடியாத சூழல் நிலவியதால், அழைப்பிதழில் நம் பெயரை அச்சிடவில்லை.

'அழைப்பிதழில் பெயரில்லை, இவருக்கு அங்கே நிகழ்வுகளில் எந்த முக்கியத்துவமும் இல்லை, சும்மா ஒரு சுற்றுலாவாக அமெரிக்கா போயுள்ளார்' என்பதுதான் கடுகு மனம் கொண்டு கடுகடுக்கும் அம்மனிதரின் கொண்டாட்டத்தின் சாரம். அது கட்செவியிலும் வலம் வந்தது.

தமிழ்நாட்டிலிருந்து பார்வையாளராக அந்த மாநாட்டில் பங்கேற்பதே கூட ஒரு சிறப்புதான்.

நான் இதைப் பெரிதாக எடுத்துக் கொள்ளவில்லை. அரசல் புரசலாக நண்பர் ஆரூர் பாஸ்கருக்கு இது தெரிந்துவிட, பாசமும் ரோசமும் மிகுந்த அவர், பொறுப்பாளர்களிடம் தெரிவித்தார்.

நம்மை சரியாகப் பயன்படுத்த வேண்டும் என்று முன்பே முடிவு செய்திருந்த மாநாட்டு அன்பர்கள் மேலும் சிறப்பு செய்தனர்.

மாநாட்டை முன்னிட்டு 'குறள் தேனீ' என்ற தலைப்பில் பல சுற்றுகளாக நடத்தப்பட்ட திருக்குறள் போட்டிகளில் வெற்றிபெற்ற மாணவர்களுக்குப் பரிசளித்து உரையாற்றிட அடியேனைப் பணித்ததோடு, ஃபெட்னா சார்பில் அந்நிகழ்வுக் கென்றே தனியாக அழைப்பிதழை வடிவமைத்து சமூக ஊடகங்களில் வெளியிட்டனர்.

ஏக இறைவன் மீது அசைக்க முடியாத பற்றுறுதி கொண் டோர்க்கு அவன்தரும் வெகுமானங்கள் அளவிடற்கரியவை. அதில் ஒன்று அடியார்க்கு நேரும் அவமதிப்புகளைப் பெரு மதிப்பாக மாற்றுவது. அந்த மகிழ்ச்சியை இறை வணக்க மாக்கினோம்.

அன்று இரவு ஒரு புதிய அனுபவம் காத்திருந்தது. ●

12

தலைமுறை தாண்டியும் தமிழ்...

தமிழர்களின் வாழ்வியல் முன்னேற்றத்திலேயே தமிழ் மொழியின் வளர்ச்சியும் உள்ளது என்ற முற்போக்கான புரிதலோடு மாநாட்டு நிகழ்வுகளில் முத்திரை பதித்திருந்தனர் ஃபெட்னா மாநாட்டுக் குழுவினர்.

"தலைமுறை தாண்டியும் தமிழ்" என்பது ஃபெட்னாவின் 35 ஆவது ஆண்டு மாநாட்டின் கருப்பொருளாக இருந்தது. ஃபெட்னாவின் தலைவர் பாலா சுவாமிநாதன், முன்னாள் தலைவர் கால்டுவெல் வேள்நம்பி உள்ளிட்ட ஃபெட்னாவின் மூத்த நிர்வாகிகளோடு நெல்லை கீர்த்தி ஜெயராஜ், ஈரோடு பிரபு, ஆரூர் பாஸ்கர், முகைதீன் உள்ளிட்ட இளம் தலை முறையும் தமிழால் இணைந்து ஊக்கத்தோடு களமிறங்கியிருந்தன. கொரோனாவால் இரண்டாண்டுகள் நின்றிருந்த ஃபெட்னா மாநாட்டை வேகமாக முன்னெடுத்துச் சென்றன ஆர்வத்தமிழ் உள்ளங்கள்.

முதல் நிகழ்வில் சிகரம் தொட்ட தமிழர்களின் வாழ்க்கைப் பயணச் சுவடுகளை இளைய தலைமுறைக்குப் பகிரும் இனிய அமர்வும் இடம்பெற்றது.

அமெரிக்கத் தமிழ்ச் சமூகத்தில் அருமையான சாதனைகளைத் தத்தமது தொழில் துறையில் நிகழ்த்தியுள்ள பாபி பாலச்சந்திரன்,

சிவா நடராஜா, ஜே.விஜயன், நண்பன் குழுமத்தினர், பிரபாகரன் முருகையா, கன்ஸ் சுப்ரமணியன், ரவி சுப்ரமணியன், செந்தில் ராஜகோபாலன் உள்ளிட்ட தமிழ்த் தொழிலதிபர்கள் தங்கள் வெற்றிப் பாதையை விவரித்தனர்.

இளந்தமிழ்ச் சமுதாயத்தின் அறிவாற்றல் பெருஞ்செல்வம் குறித்த அமர்வைத் தொழிலதிபர் எம்.ஆர்.ரங்கசுவாமி ஒருங்கிணைத்தார்.

இந்த அமர்வில் இசைப்புயல் ஏ.ஆர்.ரஹ்மானின் மகள் கதீஜா ரஹ்மான், தனது மார்க்கமோ, சமூகச் சூழலோ, ஹிஜாப் உடையோ, பெண்களின் முன்னேற்றத்திற்கு ஒருபோதும் தடையாக இல்லை என்று ஒரு கேள்விக்கு ஆணித் தரமாக பதிலுரைத்தபோது அரங்கமே ஆரவார வரவேற்பு அளித்தது.

திருமணமான ஒரு மாதத்திற்குள் இம்மாநாட்டிற்காக கவிஞர் குட்டி ரேவதியின் துணையோடு வருகை தந்திருந்த சகோதரி கதீஜா ரஹ்மானை நாமும், அன்பு அறிவிப்பாளர் பி.ஹெச்.அப்துல் ஹமீதும் வாழ்த்தினோம். தன்னடக்கம், கம்பீரம் என்ற தந்தைவழிச் சொத்தை அந்தத் தங்கை எப்போதும் கொண்டிருந்தார்.

சதுரங்க சக்கரவர்த்தியான தம்பி பிரக்ஞானந்தாவின் எதார்த்தமான பகுத்தறிவு பதில்கள் அரங்கைக் கவர்ந்தன.

சதுரங்க விளையாட்டில் உங்களுக்குள் ராசி கறுப்புக் காய்களா? வெள்ளைக் காய்களா? என்ற கேள்விக்கு, காய்களின் நான் ராசி பார்ப்பது இல்லை. விளையாட்டை சரியாக விளையாட வேண்டும் என்பது மட்டும்தான் என் கவனத்தில் இருக்கும் என்று பதில்கூறி அசத்தினார் பிரக்யானந்தா.

கவிஞர் நந்தலாலா, சன் தொலைக்காட்சி ஆசிரியர் குணசேகரன், மருத்துவர் சிவராமன், பூவுலகின் நண்பர்கள் அமைப்பு பொறியாளர் சுந்தர்ராஜன், திருநங்கை ரேவதி, ஆழி செந்தில்நாதன், நடிகர் பாண்டியராஜன், தமிழக அரசின்

கொள்கை வளர்ச்சிக்குழுத் துணைத் தலைவர் முனைவர் ஜெயரஞ்சன், வி.சி.க. தலைவர் முனைவர் தொல்.திருமாவளவன் ஆகியோரின் மாநாட்டு உரைகள் செறிவாக அமைந்தன.

காணொளி வழியே தமிழ்நாட்டின் முதலமைச்சர் மாண்புமிகு முத்துவேல் கருணாநிதி ஸ்டாலின் அவர்கள் ஆற்றிய உரையும் அமெரிக்கத் தமிழர்களிடையே எழுச்சியை விதைத்தது.

தமிழில் எழுத்தறிவை வளர்ப்பதன் மூலமே எதிர்காலத்தின் தமிழைக் காக்க முடியும் என்ற நோக்கில் இம்மாநாட்டின் போக்கும் அமைந்திருந்தது.

இளம்இசை மேதை லிடியன் நாதஸ்வரம், பிரக்யானந்தா ஆகியோரை தனித்தனியே வாழ்த்தி மகிழ்ந்தோம்.

சதுரங்கச் சக்கரவர்த்தி தம்பி பிரக்ஞானந்தாவை வாழ்த்தியபோது...

தம்பி பிரக்யானந்தாவை நாமும், ஆரூர் பாஸ்கரும் வாழ்த்தியபோது, அருகிலிருந்த அவர் தாயாரின் மகிழ்ச்சி எங்களுக்கு நெகிழ்ச்சியளித்தது. இம்மாநாட்டிற்குப் பிறகு நடந்த சென்னை செஸ் ஒலிம்பியாட்டில் தமிழ்த் தம்பி பிரக்யானந்தா உலக சாம்பியனான கார்ல்சனை வீழ்த்தி வெற்றிகளைக் குவித்தபோது ஒட்டுமொத்த தமிழுலகமும் பெருமிதம் கொண்டது.

உலகப் பயணம் போனாலும் நம் கழகப் பணிகளைத் தவிர்க்க முடியுமோ?

மனித உரிமைப்போராளி தீஸ்தா செட்டல்வாட், முன்னாள் குஜராத் காவல் உயர்அதிகாரி ஆர்.பி.ஸ்ரீகுமார், மாற்று ஊடகவியலாளர் சுபைர் அகமத் ஆகிய சமூகச் செயற் பாட்டாளர்களை வதைக்கும் ஃபாசிசக் கும்பலுக்கு எதிராகவும், அதன் கருவியாகச் செயல்படும் அறிவு குன்றிய ஒன்றிய வஞ்சகர்களைக் கண்டித்தும் தமுமுக அறிவித்த போராட்டங் களுக்கான முழக்கங்கள் நியூயார்க் ஷெரட்டன் லகார்டியா நட்சத்திர விடுதியின் அறை எண்.553 இல் பிறந்தன.

“முகத்திரை கிழிக்கும் போராளிகளை
முடக்கப் பார்க்கும் அதிகாரம்
முத்திரை குத்தி கைது செய்வது
மூர்க்கர்களின் சதியாகும்"

“திருடர்களின் கையிலே
அதிகாரங்கள் இருக்குது
தீர்ப்பு சொல்லும் பாவிகளுக்குத்
தேவையானது கிடைக்குது"

என வீறுகொண்ட முழக்கங்கள் குளிர்ந்த அறையில் சூடாகப் பிறந்தன. மாநிலம் முழுவதும் கழகத்தின் போராட்டக் களங்களுக்குப் பறந்தன.

இவனுக்கு எப்படியும் அமெரிக்க விசா கிடைக்காது... என்று உறுதியாய் நம்பிய ஒருவர், அதற்கு முன் அடியேனைப் பல

நியூயார்க் குயின்ஸ் பகுதியில் உள்ள ஒரு பள்ளிவாசல், முன்பு கிறிஸ்தவ தேவாலயமாக இருந்ததை விலைக்கு வாங்கி பள்ளிவாசல் ஆக்கப்பட்டுள்ளது. முஸ்லிம்களுக்கு வழிபாட்டுத் தலம் தேவை என அமெரிக்க கிறிஸ்தவ சகோதரர்கள் பெருந்தன்மையோடு இந்த தேவாலயத்தை விற்றுள்ளனர்

பாதகப் படுகுழிகளில் தள்ளிவிட்டு, ஏறி வருகிறானா? என்று இன்பத்தோடு பார்த்தவர், அன்பு(?) ததும்ப அருகில் வந்து 'நியூயார்க்கில் கண்டிப்பாக 'டைம்ஸ் ஸ்கொயர்' பார்க்காமல்

வந்துவிடாதீர்கள்.. அது எப்படி இருக்கும் தெரியுமா?' என்று நீண்டநேரம் விளக்குவார்.

அவர் இரண்டு முறை உறவினர்களைப் பார்க்க அமெரிக்கா சென்று வந்தவர். அவர் சொல்லும் அமெரிக்கக் கதையாடல் களைக் கேட்கும்போது ஹாரிபாட்டர், அலெக்சாண்டர் டூமாஸ் போன்ற உலக எழுத்தாளர்கள் மட்டுமல்ல, 'பொன்னியின் செல்வன்' தந்த கல்கி கூட வியந்தும் பயந்தும் போக நேரலாம்.

இவன் அமெரிக்கா போனால் நாம் விட்ட கதைகளைச் சிதையில் வைக்க நேருமே? என்ற தனிப்பட்ட கவலையும் அவருக்கு இருந்தது.

தடைகளைக் கடந்து நமக்கு அமெரிக்க விசா கிடைத்த செய்தியே அவருக்கு 'கிழிஞ்சது கிருஷ்ணகிரி' என்றானது.

அவர் ஆவலோடு கூறியிருந்த 'டைம் ஸ்கொயரைப் பார்க்க வாருங்கள்' என்று தம்பி இஸ்மாயிலும், அதிரை சாவன்னா, கல்லுக்கொல்லை சாகுல் ஹமீதுவும் அழைத்தனர்.

அதற்குமுன் நியூயார்க்கின் பள்ளிவாசல்களைப் பார்க்க வேண்டும் என்று ஆவல் தெரிவித்தேன். மஃரிப் தொழுகைக்கு குயின்ஸ் பகுதியிலிருந்த ஒரு பள்ளிவாசலுக்கு அழைத்துச் சென்றார் தம்பி அதிரை இஸ்மாயில்.

அந்தப் பள்ளிவாசல் முன்பு கிறிஸ்தவ தேவாலயமாக இருந்ததாம். முஸ்லிம்கள் அதை வாங்கியதும் அந்தக் கட்டடம் கலிமா சொல்லி விட்டது. ஆயினும் வெளிப்புறத்தில் உள்ள தேவாலயத் தோற்றத்தில் பெரிய மாற்றங்கள் ஏதும் செய்யவில்லை.

இப்படி அமெரிக்கா முழுதும் ஏராளமான தேவாலயங்கள் முஸ்லிம்களுக்குப் பெருந்தன்மையுடன் விற்கப்பட்டு, பள்ளிவாசல்களாக இயங்கி வருகின்றன.

"அமெரிக்க ஏகாதிபத்தியம் தனது நாட்டில் முஸ்லிம்களை இரண்டாந்தர குடிமக்களாக நடத்தும்" என்ற முன்முடிவு பல காரணங்களால் நமக்கு ஏற்பட்டிருந்தது.

மத்திய கிழக்கு நாடுகள் மீது அமெரிக்க ஏகாதிபத்தியம் நடத்திய, நடத்தி வருகிற கொடுமைகளும், பயங்கரங்களும் அத்தகைய முன்முடிவுக்கு நம்மைத் தள்ளி இருந்தன.

நம்நாட்டின் சூழலும் அத்தகைய முன்முடிவுக்கு நாம் செல்ல ஒரு முக்கியக் காரணம். ஆனால் அங்கே அதிர்ச்சி கலந்த மகிழ்ச்சி. அமெரிக்காவில் முஸ்லிம்கள் இரண்டாம்தர குடிமக்களாக நடத்தப்படவில்லை. மாறாக, அமெரிக்காவில் பெரும்பான்மையான கிறிஸ்தவ மக்களிடம், அவர்களின் வழிபாட்டுத்தலமான தேவாலயத்தை விலைக்கு வாங்கி, தொழுகைப் பள்ளிவாசலாக நடத்தும் அளவுக்கான நல்ல நிலையில் உள்ளனர்.

கறுப்பின மக்களை கொடூரமாக ஒடுக்கிய ஒரு தேசம், செவ்விந்தியர்களின் வரலாற்று வேர்களை நிர்மூலம் செய்த ஓர் ஏகாதியத்தியம். மதவாத மயமாவது என்பது ஆச்சர்யமில்லை. ஆனால்அங்கே மதவாதம் தலைதூக்கவில்லை என்பதில்

ஃபெட்னா மாநாட்டு வளாகத்தில் ஹாஜாகனி, ஆரூர்பாஸ்கர், கார்த்திகைச்செல்வன்

கதீஜா ஏ.ஆர்.ரஹ்மான், அன்பு அறிவிப்பாளர் பி.ஹெச். அப்துல் ஹமீத் ஆகியோருடன் நாம்...

மகிழ்ச்சி. ஆனால் இனவாதம் ஆங்காங்கே கொஞ்சம் இருக்கிறது.

நாம் பழகிய வெள்ளை இன அமெரிக்கர்களும் வெறுப்பு காட்டவில்லை. அன்பால் நெகிழ வைத்தவர்கள் அதிகம்.

ஒரு பள்ளியில் மஃரிப் தொழுதோம். இன்னொரு பள்ளிவாசலில் இஷா தொழுதோம். ஆஸ்ட்டீரியா பகுதியில் இருந்த பள்ளிவாசல்களில் ஃபஜ்ர் மற்றும் லுஹர், அசர் தொழுகைகளைத் தொழுதோம்.

ஒவ்வொரு பள்ளிவாசலும் தொழுதுவிட்டுக் கலைந்து செல்கிற இடமாக மட்டும் அங்கு இல்லை. மாறாக பரப்புரை மையமாகவும், ஜகாத் வசூலிக்கும் இடமாகவும், தேவைப்படு வோர்க்கு உதவிகளைச் செய்யும் தொண்டு நிறுவனமாகவும் திகழ்கிறது.

ஒவ்வொரு பள்ளிவாசலிலும் ஏதேனும் மார்க்கச் செயல் பாடுகள் நிகழ்ந்தவண்ணம் உள்ளன. பள்ளிவாசல்களின் நுழைவாயில்களில் இஸ்லாமிய பரப்புரைக்கான சிறு சிறு மடக் கோலைகள், சிறு பிரசுரங்கள் வரிசையாக வைக்கப்பட்டுள்ளன.

மார்க்க விளக்கம் வேண்டுவோர் எடுத்துப் பார்த்துத் தெளிவு பெறலாம். சிதறிய முத்துக்களோ என எண்ணத்தோன்றும் சிறுவர்கள் சிறுமிகள் அங்கே தொழுகைக்கு வருவது பேரழகு. சேட்டைத்தனங்கள் அதிகமின்றி ஒருவகை முதிர்ச்சியோடு சிறு பிள்ளைகளும் பள்ளிவாசல்களில் திகழ்வது நமக்கு வியப்பாக இருந்தது.

ஜூலை 2, 2022 மாலையும் இரவும் நியூயார்க் பள்ளி வாசல்களை சுற்றிப்பார்த்து ஏக இறையைத் தொழுது மகிழ்ந்து ஆரூர் பாஸ்கரோடு விடுதி திரும்பினோம்.

மறுநாள் டைம் ஸ்கொயர் செல்லலாம் எனத் திட்டம்.

நியூயார்க் வந்துவிட்டு நயாகராவும் போய் வரலாமோ? என்று சிலரின் யோசனை கூறினர்.

'நயாகரா'வின் பிரம்மாண்டத்தை குற்றால நேசனாகிய அடியேனுக்கும் காண ஆவல்தான்.

'சுதந்திரதேவி' சிலையைப் பாருங்கள். ஏராளமான வரலாற்றுத் தடயங்கள் கிடைக்கும் என சில நண்பர்கள்.

டாலசில் இருந்த பால்ய நண்பர் திருவாரூர் சீனிவாசனோ, "மாநாடு முடித்து மேலும் ஓரிரு நாள்தான் நியூயார்க்கில் தங்கலாம். அடுத்து நேராக என் வீட்டிற்கு வந்தாக வேண்டும்"

என்று அன்புக் கட்டளை போட்டுவிட்டார். விமானத்தையும் அவரே முன்பதிவும் செய்துவிட்டார். பயணத்திட்ட ஆலோசனைக் கூட்டம் கட் செவியிலும், ஜூம் காணொளியிலும் விமரிசையாக நடந்தன.

தேனில் மூழ்கிய எறும்பின் நிலைதான் அடியேனுக்கு அப்போது.

'கடுமைக்குப் பின் கண்டிப்பாக லேசு உள்ளது' என்ற இறை வசனத்தை மனம் அத்தருணத்தில் நினைவூட்டியது. அலைக் கழித்தும் அவமதித்தும் அடக்குமுறை செய்தும் மனம் மகிழ்ந்த மனிதர்கள் சிலரின் செயல்களும் நினைவுக்கு வந்தன.

பொறுமையாளர்களுடன் இறைவன் இருக்கிறான் என்ற திருமறைவாக்கு தித்தித்தது.

மறுநாள் 'டைம் ஸ்கொயர்' செல்வதா? வேண்டாமா?

குழப்பத்தோடு கழிந்தது பொழுது... ●

13

காலச் சதுக்கத்தில் கவிதைத் தருணங்கள்...

வடஅமெரிக்கத் தமிழ்ச்சங்கப் பேரவையின் இரண்டாம் நாள் மாநாடு ஜூலை 2, 2022 மாலை நியூயார்க் செயிண்ட் ஜான்ஸ் பல்கலைக்கழக வளாகத்தில் முடிந்தவுடன் தம்பி அதிரை இஸ்மாயில் மற்றும் நண்பர்கள் முன்னதாகவே மகிழுந்தில், லகார்டியா பிளாசா நட்சத்திர விடுதிக்கு அழைத்து வந்தனர். அறைக்குச் சென்று சற்றே இளைப்பாறிவிட்டு, காலச்சதுக்கமென்னும் டைம்ஸ்கொயருக்குப் புறப்பட்டோம்.

குயின்ஸ், மன்ஹாட்டன் உள்ளிட்ட பகுதிகளின் சிறப்புகளைச் சொன்னபடி முக்கியச் சாலைகள் வழியே அழைத்துச் சென்றனர்.

இரவு 10 மணியளவில் டைம்ஸ்கொயரை அடைந்தபோது, வெளிச்சத்தின் விழாக்கோலத்தையும், வெளிச்சத்திலேயே நாணத்தைத் தொலைத்த கூட்டத்தின் அலங்கோலத்தையும் காண நேர்ந்தது.

சென்னையில் பழங்காலத்து எல்ஐசி, இக்காலத்து டைடல் பார்க் போன்ற நாமறிந்த பிரம்மாண்டக் கட்டடங்களைக்

குனிந்து பார்க்கும் வகையில் கட்டடங்கள் விண்முட்டவா? என நின்று என்கிட்டே வா என அழைத்தன.

கொண்டாட்ட மனநிலையினர் அங்கே கூடிக்கொண்டே இருந்தனர். சாலையோரங்களில் ஆடிக்கொண்டும் திரிந்தனர்.

இந்த வாழ்வு நிரந்தரமானது என்ற மாயையில் சிக்கிய மனங்களின் ஆடல்பாடல் கேளிக்கைகளுக்கு அளவேதும் உண்டா?

டாலர் தேசத்தின் வெளிச்ச மழை பொழியும் நியூயார்க் டைம்ஸ்கொயரில், நம் ஊர் சைக்கிள் ரிக்சா க்கள் நின்றன. இங்கே மனிதரை வைத்து மனிதர் இழுக்கும் கை ரிக்சாக்கள் கலைஞர் ஆட்சியின் தொடக்கத்திலேயே ஒழிக்கப்பட்டு விட்டன. சைக்கிள் ரிக்ஷாக்களும் மெல்லமெல்ல வழக் கொழிந்து வருகின்றன.

ஆனால் அமெரிக்காவில் சைக்கிள் ரிக்சாக்களில் மனிதர் களை வைத்து மனிதர்கள் மிதித்துச் செல்வதைப் பார்க்க முடிந்தது. நம்நாட்டு மோடி மஸ்தான்களைப் போல, நடை பாதைகளில் வித்தை காட்டுவோர், வேடிக்கை காட்டுவோர் நிறைந்திருந்தனர். அவர்களைச் சுற்றி நிறைந்த கூட்டம் நின்றிருந்தது.

ஓரச்சாலை ஓவியர்களும் அங்கு நாம் பார்த்த ஆச்சர்யம்.

ஆர்வமுள்ளவர்கள், ஓவியர்கள் கேட்கும் தொகையை (இந்திய மதிப்பில் பெருந்தொகையாக இருக்கும்) கொடுத்தால், ஒளிப்படம் எடுப்பதுபோல அச்சு அசலாக ஓவியம் வரைந்து கொடுத்து விடுவார்கள்.

நம்நாட்டில் சாமி படங்களை சாலையில் வரைந்துவிட்டு, ஓரமாய் அமர்ந்து ஓவியன், படத்தில் விழும் காசுகளைப் பதற்றமாய்ப் பார்த்துக் கொண்டிருப்பான்.

கலைக்குப் போதிய விலை இல்லாத நிலை இங்கே. கலையின் விலையைக் கலைஞனே தீர்மானிக்கும் நிலை அங்கே.

நியூயார்க் டைம் ஸ்கொயரில்...

வெளிச்சம், கூச்சல், வேடிக்கை, விநோதங்களில் தனிமையின் சுவையுணர்ந்த உள்ளங்கள் அதிகநேரம் லயிப்பதில்லை.

டைம்ஸ்கொயரிலிருந்து அறை திரும்பினோம்.

ஜூலை 3, 2022 இரவு. மன்ஹாட்டன் பகுதியின் பல இடங்களைப் பார்வையிட்டோம். லாங் ஐலேண்ட் சிட்டியில் உள்ள ஹண்டர்ஸ் பாயின்ட் சௌத் பார்க் மனம் கவர்ந்தது.

மேற்கு நதியின் இரு கரைகளும் இரவில் ஒளிவண்ணம் காட்டின. நண்பர் ஆரூர் பாஸ்கர், திருவாரூர் மோசஸ் நடுநிலைப் பள்ளியில் நம் உடன் பயின்றவர். அப்போதைய எங்களின் பள்ளி உடை, எட்டாம் வகுப்பு வரை அரைக்கால் சட்டை. பாஸ்கர் பள்ளிப்பருவத்து ஆடைகளை மறக்காதவர் மட்டுமல்ல, துணிந்து இப்போதும் அணிந்து மகிழ்பவர்.

ஜூலை 3ம் தேதியன்றே, ஜூலை 4 குறித்த ஆவலை ஏற்படுத்தினர் அன்பர்கள்.

மனம் மறக்கா அமெரிக்கா... 103

ஜூலை 4 என்றதும் 1999ம் ஆண்டு தமுமுக மெரினா கடற்கரையில் நடத்திய வாழ்வுரிமை மாநாடுதான் நமக்கு நினைவு வரும்.

அந்த வரலாற்றுச் சிறப்புமிக்க மாநாட்டில்தான் அதிமுகவின் பொதுச் செயலாளராகப் பங்கேற்ற செல்வி ஜெயலலிதா அவர்கள்,

“பாஜகவுடன் உறவு வைத்தது என் வாழ்வில் செய்த மாதவறு. அதற்குப் பரிகாரமாக வாஜ்பாய் தலைமையிலான பாஜக அரசை நானே கவிழ்த்தேன். இனி வாழ்வில் ஒருபோதும் பாஜகவுடன் கூட்டு வைக்கவே மாட்டேன்” என்ற பிரகடனத்தைத் தனது பேச்சினிடையே செய்தார்.

அப்போது வங்கக்கடல் அலைகளை விஞ்சி எழுந்தது மக்கள் கடலின் ஆரவாரம்.

அந்த ஜூலை 4ம் நாள்தான் **அமெரிக்காவின் சுதந்திர நாள்** என்பதை அறிந்தபோது மகிழ்ச்சியாக இருந்தது.

அமெரிக்க மக்கள் அதை விடுதலை நாள் என்ற பெயரால் குறிப்பதில்லை. விடுதலை என்று கூறும்போது, தாம் ஒருகாலத்தில் பிரிட்டிஷ் அடிமை நாடாக இருந்த நினைவு வந்து அவர்களை உறுத்தக்கூடும் போலும். அமெரிக்காவில் விடுதலை நாளை ஜூலை 4 (ஃபோர்த் ஆஃப் ஜூலை) என்றுதான் குறிப்பிடுகின்றனர்.

அமெரிக்க சுதந்திர தினத்தின் உச்சகட்டமே எங்கும் நிகழும் வாணவேடிக்கை தான். வானம் நோக்கி வாணம் பாயும் அந்தர வெடிகளில் அழகிய கோலங்கள் விரியும்.

2006ம் ஆண்டு ஹாங்காங் சென்றிருந்தபோது அந்நாட்டின் விடுதலை நாள் ஜூலை 1-ஐக் காண நேர்ந்தது.

1984 சீனா-பிரிட்டன் உடன்படிக்கையின்படி, ஹாங்காங் தீவை பிரிட்டன் சீனாவிடம் 1997 ஜூலை 1 அன்று வழங்கியது. இதை ‘ஹேண்ட் ஓவர் டே’ என்பர். சீனா, ஹாங்காங் தேசங்

குயின்ஸ் பகுதி மேற்கு நதி பாலம் அருகே...

களை ஒருநாடு இருகொள்கை என்பர். ஹாங்காங்கிற்கு தனி பணமும், சீனாவுக்கு வேறு பணமும் நடைமுறையில் உள்ளன.

ஹேண்ட் ஓவர் டே எனப்படும் ஹாங்காங் விடுதலைத் திருநாள், 'வாட்டர் ஃப்ரண்ட்' எனப்படும் கடல் ஓரத்தில் விமரிசையாகக் கொண்டாடப்படும். அதைத் தொடர்ந்து வரும் **'மூன் கேக்'** என்ற பண்டிகையும் அங்கே மிகவும் பிரசித்தம்.

நிலாவுக்கு விடை கொடுக்கும் விழா எனப்படும் அவ்விழா வுக்குப் பிறகு அங்குள்ள வானியல்படி சில காலங்கள் நிலவை முழுமையாகக் காண முடியாதாம். அதனால் நிலவுக்கு விடை கொடுக்கும் மூன் கேக் விழா. ஹாங்காங் **கௌலூன்** பூங்கா உள்ளிட்ட பல பகுதிகளில் ஒளிமயமாகக் கொண்டாப்படும்.

ஜூலை 3, 2022 அன்றே அமெரிக்காவின் சுதந்திர வரலாற்றை இணையப் பக்கங்களில் படித்து, இதயப் பக்கங் களில் பதித்தோம்.

ஜூலை 3 இரவு லகார்டியா பிளாசா நட்சத்திர விடுதியில் கழித்து, ஜூலை 4 காலை ஆஸ்டோரியா பகுதிக்குச் சென்றோம்.

ஆஸ்டோரியாவில் அன்புச்சகோதரர்கள் ஓர் இனிய சந்திப்பு ஏற்பாடு செய்திருந்தனர். அமெரிக்கக் கனிவகைகள் சூழ நிகழ்ந்த அந்த கனிவான சந்திப்பில், அமெரிக்காவில் முஸ்லிம் சமுதாயம் குறித்த எதார்த்த மனநிலைகளை நாமும், தமிழகத்தின் தனித்துவமான சூழலை சகோதரர்களும் அறிந்துகொள்ளும் வாய்ப்பாக அந்தச் சந்திப்பு அமைந்தது.

மணப்பாறையைச் சேர்ந்த மார்க்க அறிஞர், ஆஸ்டோரியா பள்ளிவாசலில் பணியாற்றுபவர் மற்றும் பல்வேறு ஊர்களைச் சேர்ந்த சகோதரர்கள் இதில் பங்கேற்றனர்.

மதிய உணவு வாங்கி வருவதற்காக ஆஸ்டோரியாவில் உள்ள ஓர் ஆப்கான் உணவகத்திற்குச்சென்றோம். அதன் உரிமையாளர் அப்துல் ஜப்பார். ஆப்கானிஸ்தானின் மசாரே ஷரீபைச் சேர்ந்தவர். வயதான இளைஞர். நிறைய மக்களையும் மனைவியரையும் பெற்ற மகராசர். அவரது சுவை ததும்பும் ஆப்கான் உணவுகளும், ருசி ததும்பும் உரையாடல் திறனும் அவருக்கு ஒரு ரசிகர் கூட்டத்தையே உருவாக்கி வைத்திருந்தன. ஐந்தே மணித் துளியில் நம்மையும் அவரது ரசிகராக்கி விட்டார்.

சுட்ட கறி வகைகள், மந்தி, பிரியாணி, இவையன்றி நமக்காக சிறப்பாக செய்த ஆப்கான் இனிப்பு (அதற்கு மட்டும் தொகை பெறமாட்டேன் அன்பளிப்பு என்று உறுதியாகக் கூறிவிட்டார்.) யாவுமே அசத்தல்.

என்றைக்கு வந்தீர்கள்? என்றார் ஆப்கானி இழைந்த ஆங்கிலத்தில். ஜூலை ஒன்று என்றோம். ஜூலை 4 ஆகிய இன்று வந்து இறங்கியிருந்தால், விமான நிலையத்திலேயே கிரீன் கார்டு (அமெரிக்காவில் நிரந்தரமாகத் தங்கும் அனுமதி) தந்திருப்பார்களே.. என்று அடித்துவிட்டார்.

அதிரை ஹாஷிம் அல்தாஃப் உடன் அமெரிக்க மெட்ரோ ரயிலில்...

குயின்ஸ் பகுதியில் நண்பர்களோடு...

அமெரிக்க சுதந்திர தினத்தன்று அமெரிக்கா வருவோர்க்கு உடனடியாக கிரீன் கார்டு விமான நிலையத்திலேயே வழங்கப் படுவதாக அங்கு யாரோ வாட்சப் வதந்தி மன்னன் பரப்பி விட்ட செய்தியை அவர் நமக்கு உற்சாகமாக அறிவித்தார்.

வாட்சப்பில் வரலாறு தேடுவோர் நம்நாட்டில் மட்டுமல்ல, அகிலமெங்கும் இருக்கிறார்கள். அமெரிக்காவிலும் இருக்கி றார்கள் என்பதை அப்போது உணர முடிந்தது.

அதன்பிறகு 'ஜாக்சன் ஹைட்' என்ற பகுதிக்குச் சென்றோம். அது ஒரு குட்டி இந்தியா போல, ஆசிய நாடுகளின் அம்சங்கள் நிறைந்து காணப்பட்டது. முகத்தையும் மறைத்து ஹிஜாப் அணிந்த பெண்கள் பலரை கடை வீதிகளில் காண முடிந்தது.

கைக்குட்டை அளவே கீழாடை அணிந்தவர்களும், முகத்தையும் மூடி ஹிஜாப் அணிந்தவர்களும் ஒருவர் பண்பாட்டில் மற்றவர் தலையிடாமல் வாழும் சூழலை அங்கு காணமுடிந்தது.

மனம் மறக்கா அமெரிக்கா...

நியூயார்க் பகுதியில் ஆங்காங்கே சாலையோரங்களில் நீண்ட நிழற்குடைகள். அமர்ந்து சாப்பிடும் வசதிகளோடு அமைக்கப்பட்டிருந்தன. கோவிட்.19 காலத்தில் உணவகங்களில் அமர்ந்துண்பதற்குத் தடை இருந்ததால், உணவை வாங்கிக்கொண்டு இத்தகைய இடங்களில் சமூக இடைவெளியோடு அமர்ந்து சாப்பிட செய்யப்பட்ட ஏற்பாடு இது.

அதுவே கோவிட் நினைவுச் சின்னம்போல ஆங்காங்கே நீண்ட நிழற்கூடங்களாக நிலைத்துவிட்டன.

ஜாக்சன் ஹைட்டின் காய்கறி சந்தையில் உலவினோம். இஞ்சி, எலுமிச்சை மற்றும் பல காய்கறிகள் அளவில் பெருத்திருந்தன, அமெரிக்க டாலர்களைப் போல..

மதிய உணவுக்குப் பிறகு மாலை மேற்கு நதிக்கரை ஓரங்களில் உள்ள கலைநயப் பூங்காக்களில் காலார உலவிவிட்டு அமெரிக்க சுதந்திர தின விழாவில் பங்கேற்கத் திட்டம்.

மேற்கு நதிக்கரைப் பூங்காக்களில் சக்கரக் காலணிகளில் சறுக்கிப் பாய்ந்து சாகசம் செய்வோர் வியக்க வைத்தனர். அந்த நீண்ட நதிக்கரையில் நிதானமாய் நடந்தோம். ஆங்காங்கே இருந்த பொதுக் கழிப்பிடங்கள் மிகத்தூய்மையாகப் பராமரிக்கப்பட்டிருந்தன.

மதியம் கடந்து கதிர்சாயும் நேரம், சாரை சாரையாக வாகனங்கள் சாலைகள் தோறும் அணிவகுத்து வந்தன மேற்குநதிக் கரைநோக்கி..

மாலையில் நடைபெறும் ஜூலை 4 வாண வேடிக்கை காண வாகனங்கள் வேட்கையோடு விரைந்து கொண்டிருந்தன.

நமக்கு வாகனம் நிறுத்த வசதியான இடமும், விடுதலை நாள் வாணவேடிக்கையைக் காண சரியான இடமும் அமைந்தன. பலரும் வாகனம் நிறுத்த இடமின்றித் தவித்தபோது நமக்கிந்த நல்வாய்ப்பு இறையருளே என உணர்ந்தோம்.

அமெரிக்க சுதந்திர வரலாற்றை நம்மை சிறு உரையாகப் பேசவைத்து அதை ஒளிப்பதிவு செய்தனர். சரியாக 7.30

மணியளவில் வாணவேடிக்கைகள் நம் உரையிடையே ஆரவாரமாய்த் தொடங்கின.

வானத்தில் வாணங்கள் வரைந்த கோலங்களை விமானங்களும் வேகம் குறைத்து சிறிது நின்று கண்டுகளித்துப் பறந்தது நமக்கு வியப்பாக இருந்தது.

நீண்டுகிடந்த மேற்கு நதியில் நின்றிருந்த சிறு கப்பல்களிலிருந்து வானம் நோக்கிப் பாய்ந்தபடி இருந்தன வாணங்கள். ஒரு மணி நேரம் இடைவிடா வெடிவெடிப்பு..

பாலஸ்தீன, ஆப்கானிய மக்களும் இவ்வாறு சுதந்திரத்தைக் கொண்டாட அமெரிக்கா துணையிருக்க வேண்டும் என்று உரையிடையே குறிப்பிட்டோம்.

வானத்தில் வரைந்த வாணக் கோலங்கள் சில நொடிகளில் மறைந்தன. மனித வாழ்வைப் போலவே.

வேடிக்கைகளும், கேளிக்கைகளும் எதுவரை நீளும், நமது நல்லறங்களும் நன்மைகளும் தானே நிரந்தரமாய் நம்மை சூழும்..

வெடிகள் விதைத்த சிந்தனை, நெடிய நேரம் நெஞ்சில் நின்றது.

மறுநாள் காத்திருந்தது ஒரு மாபெரும் பயணம்... ●

14

சுதந்திர சிலையும் சிலையான சுதந்திரமும்

அமெரிக்க சுதந்திர தினமான ஜூலை 4-ன் வாண வேடிக்கை வைபவங்கள் முடிந்த இரவில் மறுநாள் அமெரிக்காவின் புகழ்பெற்ற சுதந்திரதேவி சிலையைக் கண்டுவர தீர்மானமானது.

அமெரிக்காவின் அடையாளமாகவே ஆகிவிட்ட அந்தச் சிலை பிரான்சு தேசத்தால் அமெரிக்காவுக்குப் பரிசளிக்கப்பட்ட பிரம்மாண்டம்.

உலக நாடுகளின் சுதந்திரங்களை அமெரிக்கா போற்ற வேண்டும் என்ற நோக்கில் வழங்கப்பட்டதாம் அச்சிலை.

உலக நாடுகள் பலவற்றிலும் உயிரோடிருந்த சுதந்திரம் சிலையாகி நிற்கக் காரணமானது கடந்த காலங்களில் அமெரிக்கா பின்பற்றிய அடாவடித்தனமான வெளியுறவுக் கொள்கை என்பது தனிக்கதை.

படித்துக்கொண்டே விமான நிறுவனம் ஒன்றில் பணியாற்றும் அதிராம்பட்டினத்தைச் சேர்ந்த தம்பி ஹாஷிம் அல்தாஃப் என்னை சுதந்திரதேவி சிலையைக் காண அழைத்துச் செல்ல வருகிறேன் என்றார்.

பிரெஞ்சு சிற்பி ஃப்ரெடரிக் அகஸ்டா பர்த்தோல்டி என்பவரால் 1875 முதல் 1876ம் ஆண்டுவரை பெரும்முயற்சியால் உருவாக்கப்பட்ட இந்த நினைவுச் சின்னம் பிரான்ஸ் அமெரிக்க நல்லுறவின் அடையாளமாக அமெரிக்காவுக்கு வழங்கப்பட்டது.

தரையிலிருந்து 93 மீட்டரும் பீடத்திலிருந்து 46 மீட்டரும் கொண்ட இச்சிலை 31 டன் எடையுள்ள தாமிர தகடாலும் 113.4 டன் இரும்பாலும் வனையப்பட்டது. 151அடி (46 மீட்டர்) அடித்தளத்தில் இது நிறுவப்பட்டுள்ளது. அக்டோபர் 28, 1886ம் ஆண்டு இது திறந்து வைக்கப்பட்டது. இதை வடிவமைத்தவர் ஃப்ரெடரிக் அகஸ்டா பர்த்தோல்டி.

ஐக்கிய அமெரிக்காவின் நியூயார்க் துறைமுகத்தில் பிரம்மாண்டமாக எழுந்து நிற்கும் இந்த நினைவுச் சின்னத்தை ஐக்கிய அமெரிக்க தேசியப் பூங்கா சேவையகம் நிர்வகிக்கிறது. யுனெஸ்கோவின் பாரம்பரியச் சின்னமாகவும் இது அறிவிக்கப்பட்டுள்ளது. அமெரிக்க சுதந்திரப் புரட்சியின் போது பிரெஞ்சு தேசம் கொண்டிருந்த நல்லுறவின் அடையாளமாக அமெரிக்க விடுதலையின் நூற்றாண்டு விழாவான 1886ல் இச்சிலை பிரான்சால் பரிசளிக்கப்பட்டது. இதற்கான பீடத்தை அமெரிக்கா வடிவமைத்துள்ளது. இச்சிலையின் வலதுகையில் உள்ள சுடர் சுதந்திரத்தையும், இடதுகையில் ஜூலை 4, 1776 என்று எழுதப்பட்ட புத்தகம் அமெரிக்க விடுதலை வரலாற்றையும், 7 முனைகள் கொண்ட கிரீடம், 7 கண்டங்களையும், 7 கடல்களையும் குறிப்பதாய் சொல்லப்படுகிறது.

இச்சிலை அமைக்கப்பட்டுள்ள தீவு, மன்ஹாட்டன் பகுதியின் விடுதலைத் தீவு என்று வழங்கப்படுகிறது. பாரிசில் உள்ள ஈபிள் கோபுரத்தை வடிவமைத்த குஸ்தாவ் ஈஃப்ல் என்ற பொறியாளரின் வடிவமைப்பை டெலக்ரவா என்பவர் ஓவியமாக வரைய ஃப்ரெடரிக் அகஸ்டா பார்த்தோடி என்ற சிற்பி இதை வடிவமைத்தார். சிலையின் உள்ளே 354 படிக் கட்டுகள், 25 ஜன்னல்கள் உள்ளன. பிரான்சில் செய்யப்

விடுதலைத் தீவில் சுதந்திர தேவி சிலை வளாகத்தில்...

பட்டு 24 பெட்டிகளில் வைத்து இச்சிலை அமெரிக்காவுக்கு கொண்டு வரப்பட்டுள்ளது.

அன்பர்கள் மூலமும் இணையம் மூலமும் இச்சிலை பற்றி அறிந்த செய்திகள் தூண்டிய ஆர்வத்தோடு ஜூலை 5, 2022, அமெரிக்க சுதந்திர தினத்திற்கு அடுத்தநாள் காலையில் விடுதலைத்தீவுக்கு தம்பி ஹாஷிம் அல்தாஃப் உடன் பயணமானோம்.

'ஆஸ்டோரியா டிட்மார்ஸ் பிளவட்' என்னும் நியூயார்க் மெட்ரோ ரயில் நிலையத்தில் ரயில் ஏறினோம். இங்குள்ள மெட்ரோவின் பெயர் சப்வே. ஏறத்தாழ சென்னையில் உள்ள மெட்ரோ போலவே உள்ளது. சென்னை மெட்ரோ அமெரிக்க மெட்ரோவை விட சிறப்பாக உள்ளது என்பதை இங்கே பெருமித்தோடு பதிவு செய்ய வேண்டியுள்ளது.

அஸ்டோரியா டிட்மார்ஸ் பிளவட் நிலையத்தில் சப்வே ரயில் ஏறி வொய்ட் ஹால் ஸ்ட்ரீட் நிலையத்தில் இறங்கி அங்கிருந்து சிறிது நடந்து பேட்ரி பார்க் சென்றோம்.

பேட்ரி பார்க்கிலிருந்து சுதந்திர தீவுக்குத் தொடர்ந்து இயந்திரப் படகுகள் இயக்கப்படுகின்றன. நீண்ட வரிசை நின்றது. அதில் இணைந்தோம். விரைந்து நகர்ந்தது. சுதந்திர தீவு செல்ல பயணச்சீட்டுகள் பெற்றோம். சேவைத் தரத்தை பதிவு செய்யும் அட்டைகள் பரிசுக் கூப்பன்கள் ஆகியவை பயணச்சீட்டோடு தரப்பட்டன.

ஃபெரி எனப்படும் பெரும்படகு அல்லது சிறுகப்பல். நகரும் வீடு போலவே இருந்தது. தரைத்தளத்தில் கழிப்பிட வசதிகள் இருந்தன. வேடிக்கை பார்க்கும் வேட்கையுள்ளோர் ஃபெரியின் மேல்தளத்திற்கு செல்லலாம். நாம் மொட்டைமாடி போன்ற மேல்தளம் சென்றோம். வரிசையாக நீளமான பெஞ்ச் இருக்கைகள். நீல வானம், நீளக் கடல், வெள்ளை மனிதர்கள் தூரத்திலே பச்சையாய் நிற்கும் சுதந்திர சிலை.

உப்புக்காற்று உடலை பிசுபிசுப்பாக்கியது. கடலின் காட்சி களே மனதைப் பரபரப்பாக்கியது. சுதந்திரத் தீவில் இறங்கி னோம். சுற்றிலும் தவழும் அலை; முற்றிலும் வேறுபட்ட சூழலில் ஒற்றையாய் ஓங்கி நிற்கும் சிலை. முன்பதிவு செய்த சிலருக்கு சிலைக்குள் ஏறிச்செல்லும் அனுமதிச்சீட்டு இருந்தது. கோவிட் சூழலால் அனைத்துக்கும் கட்டுப்பாடு. எனவே சிலைக்குள் செல்லும் சீட்டு நமக்கு கிடைக்கவில்லை. வாக்கி டாக்கி போன்ற ஒரு கருவியை அங்கிருந்த கவுண்ட்டரில் வழங்குகிறார்கள். அந்தத் தீவின் ஒவ்வொரு இடத்திலும் சென்று அதற்குரிய பொத்தானை அழுத்தினால் காதில் அதன் வரலாறு கூறப்படுகிறது. எந்த மொழி தேவையோ அதை முன்பே தெரிவு செய்துவிட்டால் அந்த மொழியில் வரலாறுகள் கூறப்படுகிறது.

மொழிகளின் பட்டியலில் தமிழ் உள்ளதா? என ஆவலோடு தேடினோம். இல்லை எதிர்காலத்தில் இதில் தமிழும் இடம் பெற வேண்டும். அதற்கு அமெரிக்கா வாழ் தமிழர்கள் முயல வேண்டும். ஆங்கிலம் அந்தப் பட்டியலில் இருந்தது. இந்தி இல்லை. நமது ஒன்றிய ஊதாரிகள் ஆங்கிலத்திற்கு பதிலாக இந்தி படிக்குமாறு உபதேசித்து வருகிறார்கள். இந்தியை

நம்மீது திணித்தும் வருகிறார்கள். ஆங்கிலம் என்பது அகிலத்தைக் காட்டுகின்ற ஜன்னல்.

இந்தி என்பது நமக்கும் ஒன்றிய அதிகாரத்திற்கும் நடுவில் முளைத்த நந்தி.

இதில் தமிழுலகம் தெளிவாக உள்ளது.

சுதந்திர தேவி சிலை முன்பாக...

சுதந்திரதேவி சிலையைச் சுற்றியுள்ள அருங்காட்சியகமும், கலையரங்குகளும் காண்போரை வரலாற்றுப் பயணம் செய்ய வைப்பவை.

கலைநயமாய் வளைந்த அரங்குகள் வரிசையாக அடுத்தடுத்து உள்ளன.

ஒரு அரங்கில் பார்த்த காட்சியின் தொடர்ச்சி அடுத்த அரங்கில், கூட்டம் ஒவ்வோர் அரங்காக நகர்ந்து கொண்டே இருக்கும்.

சுதந்திரம், சமத்துவம், சகோதரத்துவம், சமாதானம், மானுடநேயம் உள்ளிட்ட மாபெரும் விழுமியங்கள் அங்கே பதாகைகளாகத் தொடங்குகின்றன.

ஓதி உணர வேண்டிய திருமறையை உணர்ந்து ஓதாத சிலர், குர்ஆன் ஆயத்துகளை தாயத்துகளாகச் செய்து போட்டுக் கொள்வது போல அந்த பதாகைகள் நமக்கு காட்சியளித்தன.

பாலஸ்தீனமும், ஆப்கானும், ஈராக்கும் இன்னும் பல நாடுகளும் அங்கு அமெரிக்க ஏகாதிபத்தியம் ஆடிய ஆட்டங் களும் நமது மனத்திரையில் ஓடின.

நீ உன் தாயை மதிப்பது உண்மை என்றால் ஒவ்வொருவரின் தாயையும் மதிக்கவேண்டும். நீ உன் சுதந்திரத்தை மதிப்பது உண்மை என்றால், ஒவ்வொருவரின் சுதந்திரத்தையும் மதிக்க வேண்டும். தன் நாட்டில் சுதந்திரதேவிக்கு சிலை வைத்துக் கொண்டு, பிற நாட்டின் சுதந்திரத்திற்கு உலைவைப்பது எப்படி நியாயம்? இந்தக் கேள்விகளைக் கேட்கவேண்டும் போல் இருந்தது.

பாதக ஜார்ஜ் புஷ் பக்கத்தில் இல்லை. படுபாதக ட்ரம்ப்பும் பதவியில் இல்லை. ஒப்பீட்டளவில் ஜோ பைடன் ஓரளவு பரவாயில்லை.

யாரிடம் கேட்பது இக்கேள்விகளை..? அட்லாண்டிக் கடல் அலையிடமும், அங்கே நிற்கும் சுதந்திரதேவி சிலையிடமும்தான் இதை கேட்கவேண்டும் போலும்.

மாலைக்குள் அஸ்டோரியா திரும்பி ஜான் எஃப் கென்னடி விமான நிலையத்திலிருந்து டாலஸ் புறப்பட வேண்டும். அதனால் சுதந்திரதேவி சிலையை ரசித்து சுற்றிப்பார்க்கும் சுதந்திரத்தை சற்று சுருக்கிக்கொண்டு, வரலாற்றுத் தகவல்கள் சிலவற்றை அறிந்துகொண்டு கரை திரும்பும் சிறுகப்பலில் ஏறினோம். கரை ஏகினோம்.

மீண்டும் கப்பலில் மேல்தளம். நீல, நீள வானம், கடல் வாசித்து, படங்களும் எடுத்துக்கொண்டு கரை திரும்பி, சப்வே மெட்ரோ ரயில் நிலையம் வந்தோம்.

அரிதினும் அரிதாகவே அமெரிக்காவில் பணத்தாளை எடுத்து செலவு செய்கின்றனர். செலவுஎல்லாமே அட்டை மூலம்தான், எல்லாமே எண்ம பரிவர்த்தனை தான். செலவு செய்வதற்கு, கடனட்டை அல்லது வங்கி இருப்பு அட்டை அவசியம். அட்டையில்லாமல் இருப்பது அங்கே சட்டை யில்லாமல் இருப்பதற்கு சமமோ என்றேன்.

அமெரிக்காவில் இருபாலரும் சட்டை இல்லாமல் இருப்பது சகஜமானது. அட்டை இல்லாமல் இருப்பதுதான் அபூர்வமானது என உணர்ந்தேன்.

அடியேனிடம் அட்டைகள் இல்லை. டாலர் தாள்கள் இருந்தன.

பயணச்சீட்டு இயந்திரத்துக்குள் பணத்தைச் செலுத்தி, செல்லவேண்டிய இடத்தின் பொத்தானை அழுத்தினால் பயணச்சீட்டும் பாக்கிச் சில்லரையும் ஒரு காசு குறையாமல் வருகின்றன.

'ஸ்ட்ரீட் ஃபுட்' எனப்படும் தெரு உணவுகள் நியூயார்க்கில் பிரபலம். நம் ஊர் கையேந்தி பவன்களுக்கு இவை நிகரானவை. ஆனால் சுத்தமானவை.

ஹலால் உணவுகள் கிடைக்கும் பகுதியில் மதிய உணவுகளை வாங்கினோம். நட்சத்திர விடுதி உணவை விட இவை சுவையாக இருந்தன. மதிய உணவு முடித்து, டெக்சாஸ்

நியூயார்க்கில் உள்ள தெரு உணவுகள்

மாநிலம் டாலஸ்க்குப் பயணமாக வேண்டும். ஜெட் ப்ளூ நிறுவன விமானம் எண் 9243 நியூயார்க்கில் இரவு 8.30 மணிக்கு புறப்பட்டு இரவு 11.21க்கு டாலஸ் அடையும் என பயணச்சீட்டு சொன்னது. சுமார் 3 மணிநேரம் விமானம் பறக்கும் நேரம் இரு மாநிலங்களுக்கு இடையே.

அமெரிக்காவுக்குள் முதல் உள்நாட்டு விமானப் பயணம் அது. அங்குள்ள சடங்கு சம்பிரதாயங்கள் புதிது. படித்துக் கொண்டே ஜெட் ப்ளூ விமான நிறுவனத்தில் பணியாற்றும் தம்பி அதிரை ஹாஷிம் அல்தாஃப், மற்றும் ஒரு தம்பியின் துணை சற்று துணிவு தந்தது. நியூயார்க் நகரின் போக்குவரத்து நெரிசல் அன்று சற்று கூடுதலாகவே இருந்தது. உரிய நேரத்தில் விமான நிலையத்தை அடைய முடியமா என்ற பதற்றம் தொற்றிக்கொண்டது.

போக்குவரத்து நெரிசலும் பெருகிக் கொண்டே இருந்தது. விமானத்தைத் தவறவிட்டுவிட்டால் என்னாவது?

மனம் மறக்கா அமெரிக்கா

15

நினைவுகளை இனிப்பாக்கும் சீனி..!

சிலருக்கு வாழ்வில் எல்லாத் தருணமும் எதிர்நீச்சலாகவே அமையும். அவர்கள் வாழைப்பழத்தை உரிக்க நினைத்தால், அது பலாப்பழத்தை உரிக்கும் அளவுக்கான சிரமமாக மாறும்.

ஜான் எஃப் கென்னடி விமான நிலையத்தை நோக்கி மகிழுந்தில் பறந்து செல்லலாம் என்று எண்ணினால், திண்ணியமாய் அடர்ந்த திடீர்ப் போக்குவரத்து திணற வைத்தது.

அண்ணா சாலையில் நேரும் அனுபவம் ஒருவனுக்கு அமெரிக்கா வரை நீளும் என்று அத்தருணம் உணர வைத்தது.

போகும் வழியில் ஒரு தேநீர் குடிக்கலாமா? என்று தம்பிகளிடம் ஒரு பேச்சுக்குக் கேட்டு வைத்தேன். தம்பிகளோ, 'இன்ஷாஅல்லா கண்டிப்பாக குடிப்போம் காக்கா' என்று வாக்கு கொடுத்தார்கள். அதை நிறைவேற்ற உறுதியும் காட்டினார்கள். விமானத்தைப் பிடிக்கவேண்டுமே என்ற பதற்றம் நமக்கு.

அந்த நெருக்கடி மிகுந்த போக்குவரத்துத் திணறலிலும் தம்பிகளின் 'டீ'விரவாத சிந்தனை(?) வென்றது. ஒரு நல்ல கடையில் டீ பார்சல் வாங்கி வந்துவிட்டார்கள். அங்கே தேநீர்

பருகியபடி மகிழுந்தில் வேகமாகப் போகலாம். நம் ஊரில் போனால் பால் நிறச் சட்டை 'டீ' சட்டையாக மாறிவிடும்.

நியூயார்க் போக்குவரத்துக் கடலில் நீந்தத் தெரிந்த மீன் குஞ்சுகளான நம் தம்பிகள் ஜான் எஃப் கென்னடி விமான நிலையத்தை உரிய நேரத்தில் அடையச் செய்தனர். அல்ஹம்துலில்லாஹ் என்று மனத்தின் குரல் வாய்வழியாக வெளிப்பட்டது.

விமான நிலையத்தின் கூட்டம், முதன்முறை நியூயார்க் விமான நிலையத்தில் பார்த்த அளவை விடவும் அதிகமாகவே இருந்தது.

ஜான் எஃப் கென்னடி விமான நிலையத்தில் இருந்து ஜான் எஃப் கென்னடியின் சொந்த ஊருக்குப் பயணமாகும் நிகழ்வு நினைவில் இனித்தது.

போக்குவரத்திற்குப் போக்கு காட்டி சாகசம் செய்த தம்பிகளில் ஒருவரான ஹாஷிம் அல்தாப், 'ஜெட் ப்ளூ' விமான நிறுவன ஊழியர், அவரது செல்வாக்கு அங்கே வேலை செய்தது.

விரைந்து அமெரிக்க விமான நிலைய ஆச்சார அனுஷ்டானங்களை எல்லாம் முடித்து எனது பெட்டிகளை உள்ளே அனுப்பி விட்டு பரிசோதனைப் பகுதியில் நம்மைக் கொண்டுபோய் நிறுத்தினார்.

நீண்ட வரிசையில் நின்றாலும் ஒரு நிம்மதி பெருமூச்சு.

இறைவனுக்கு நன்றி சொன்னோம். தம்பிகள் விடைபெற்றனர்.

நியூயார்க் ஜான் எஃப் கென்னடி விமான நிலையத்திலிருந்து டி.எப்.டபியுள்யு அதாவது டாலஸ் ஃபோர்ட் வொர்த் விமான நிலையம் செல்லும் விமானத்தில் ஏறி ஜன்னலோர இருக்கையில் அமர்ந்தோம்.

திருவாரூருக்கு அருகிலுள்ள ஒரு குக்கிராமம் அலிவலம். அலிவலத்தின் முன்னொட்டான 'அலி' என்பவர் யார் என

அடியேன் இதுவரை அறியேன். ஆனால் திருவாரூர் வ.சோ. ஆண்கள் மேநிலை பள்ளியில் என்னுடைய வகுப்புத் தோழரான அலிவலம் சீனிவாசனை அவ்வளவு சீக்கிரம் மறக்க முடியாது.

அவரது ஒரு சிறிய தந்தை நடராஜன் எம் வீட்டிற்கு அடுத்திருந்த உர நிறுவனத்தில் பணியாற்றினார். 'கனீ' என்று பாசமாக அழைப்பார். அவரது இன்னொரு சித்தப்பா கருணாகரன் எங்களுக்குச் சொந்தமான இடத்தில் அச்சகம் வைத்திருந்தார்.

சீனிவாசனோ சாந்த சொரூபம், அமைதி மிகு ஆழ்கடல். பார்த்தாலே பசு போன்ற பாவனை.

ஆரூரின் மாணிக்கமாய் அடக்க ஒடுக்கத்தின் அழகிய வடிவமாய் இருந்த சீனிவாசன், டெக்சாஸின் முக்கிய நகரமான டாலசில் மென்பொருள் துறையில் ஒரு பாட்‌ஷாவாய் (அடிதடி வம்பு தும்புகளில் இல்லை) கலக்கி வருகிறாரே என்று எண்ண வைத்தது.

அமெரிக்கப் பயணத்திற்கு முந்தைய வாரம் திருவாரூர் மாவட்ட தமுமுக அலுவலகத்தில் அவருடன் நடந்த சந்திப்பின் தொடர்ச்சி மறுவாரம் அமெரிக்காவில் நிகழும் என்று சிறிதும் எதிர்பார்க்கவில்லை.

அலிவலத்திலிருந்து நீண்டதூரம் சைக்கிள் மிதித்து வந்து திருவாரூர் தொடர்வண்டி சந்திப்பில் நிறுத்திவிட்டு சத்திய மூர்த்தி உள்ளிட்ட நண்பர்களோடு பூண்டி புஷ்பம் கல்லூரியில் கணினி அறிவியல் பயின்று வெற்றி பெற்று, மேற்படிப்புகளை முடித்து, சென்னையில், பெங்களூரில், லண்டனில் எனப் பல்வேறு இடங்களில் திறமையின் முத்திரையைப் பதித்துவிட்டு தற்போது அமெரிக்காவில் குடியுரிமைப் பெற்று பாசம் மாறாப் பழைய தோழமையுடன் இருப்பவர் சீனிவாசன்.

டாலஸ் ஃபோர்ட் வொர்த் விமான நிலையத்தில் வரவேற்க வருகிறேன் என்றார் சீனி. சிறு பதற்றம் நீங்கி நிம்மதி பிறந்தது.

டாலஸ் ஃபோர்ட் வொர்த் விமான நிலையம்

ஆகாய விமானத்தில் பறந்த வேளை அடியேன் வாழ்வில் சந்தித்த அவமானங்களை எண்ணிப் பார்த்தேன்.

கொடிய குற்றச்சாட்டுகள், காட்டிக் கொடுக்கும் சூழ்ச்சிகள், அன்றாட அவதூறுகள், இவையாவும் பொறுத்துக் கொண்ட போது, 'கடுமைக்குப் பிறகு லேசு இருக்கிறது" என்ற இறை வசனமும், தனது தூதருக்கு இறைவன் வழங்கும் ஆறுதலாக அமைந்த 'முற்பகல்' (சூரா லுஹா) என்ற திருமறை அத்தியாய மும் அடியேனுக்கு மனக்காயம் ஆற்றும் மருந்தாக இருந்தன.

ஆதரவின்றி அல்லல் படுவோமோ?

வழிகாட்டல் இன்றி வதையுறுவோமோ?

என்ற அச்சத்தோடு, ஆண்டவன் இருக்கிறான் நம்மைக் காப்பதற்கு என்று ஆதரவு வைத்தோம். தன்னை நம்பிய அடியானுக்கு, அவன் சொந்த மண்ணில் கிடைத்ததைவிடவும் அதிகமான சீராட்டையும், பாராட்டையும் அறிமுகமற்ற இடங்களில் தந்து அருள்பாலித்தான் ஏக இறைவன்.

மனம் மறக்கா அமெரிக்கா...

விமானம் விண்ணேறியபோது ஒளிக்கடலாய் மின்னியது நியூயார்க். அமெரிக்காவில் இரவு நேர விமானப் பயணம், ஆங்காங்கே கனவுபோல தரையில் விரிந்த காட்சிகள், சுமார் மூன்று மணி நேரப் பறத்தலுக்குப் பின் டெக்சாஸ் மாநிலம் டாலஸ் ஃபோர்ட் வொர்த் விமான நிலையத்தில் தரையிறங்கியது விமானம்.

சடங்கு சம்பிரதாயங்கள் எளிதாக முடிந்துவிட, பெட்டிகளை 'கன்வேயர் பெல்ட்'டில் கண்டெடுத்துக் கொண்டு வாசலுக்கு வந்தால், சீனிவாசன் மட்டும் வரவில்லை, கூடவே அவரது சரிபாதியான அன்புத்தங்கை பிரியாவும் உடன் வந்திருந்தார்.

பாசமும், பண்பாடும் மிகுந்த அலிவலத்துத் தங்கை பிரியா, தற்போது அமெரிக்கக் குடிமகள். அரசியல் விழிப்புணர்வும் உடைய பிரியா எதிர்காலத்தில் ஓர் அரசியல் ஆளுமையாக அமெரிக்காவில் உருவாக வாய்ப்பும் உள்ளது. நாமும் அதற்கு ஊக்கம் தந்துள்ளோம்.

டெக்சாசின் பெருநகரமான அவ்வூரை டல்லாஸ் என்று உச்சரிக்கலாம். எனினும் டாலஸ் என்றே அழைக்கிறார்கள். அமெரிக்காவில் ஊர்ப் பெயர்களுக்கான எழுத்துகளும், அவற்றின் ஒலிப்பு முறையும் பல இடங்களில் வேறுபடும். சான் ஹூசே என்று எழுதினாலும் சான் உசே என்றுதான் உச்சரிக்க வேண்டும்.

தமிழில் மட்டும் தான் எழுதிய எழுத்துகள் அனைத்தும் ஓசைபெறும். ஆங்கிலத்தில் சில எழுத்துகள் அமைதிபெறும். 'க்னாலட்ஜ்' என்று எழுதிவிட்டு 'நாலெட்ஜ்' என்று படிக்க வேண்டும். 'ட்சுனாமி' என்று எழுதிவிட்டு, சுனாமி என்று படிக்க வேண்டும். ஒப்பீட்டளவில் மற்ற மொழிகளை விட தமிழ் மொழி அறிவியல் பூர்வமானது என்பது நமக்குப் பெருமை.

'நெடுஞ்சாலை *121*' வழியாக டாலஸ் ஃபோர்ட் வொர்த் விமான நிலையத்தில் இருந்து சீனிவாசன் இல்லம் அமைந்துள்ள ஃப்ரிஸ்கோ பகுதிக்குப் பயணமானோம்.

விசாலமான இல்லத்தில் நமக்கான அறையை விசேடமாக ஏற்படுத்தி இருந்தார். பிள்ளைகள் ஷர்வஜித், சக்தி இல்லத்தில் நம் வருகைக்காக காத்திருந்தனர்.

சில காரணங்களால் இறைச்சி உணவுகள் வேண்டாம் என்று முன்பே சொல்லி இருந்தோம். இதில் முக்கிய காரணம் 'ஹலால்' என்பதை சொல்லாமலே புரிந்துகொண்ட சீனிவாசன் மறுநாள் ஹலால் முறையிலமைந்த 'ஃபார்ம் குக்' இறைச்சியகத்திற்கு அழைத்துச் சென்றார்.

ஹலால் சான்றிதழ் நுழைவாசலில் பெரிதாக வைக்கப் பட்டிருந்தது. கேட்டும் உறுதிப்படுத்திக் கொண்டு இறைச்சி வாங்கினோம்.

டாலஸில் தமிழர்கள் செறிவாக வாழும் பகுதிகளான ஃப்ரிஸ்கோ, ப்ளானோ, ஆலென், மெக்கென்னி, இர்விங், ப்ராஸ்ப்பர், ஆகிய பகுதிகளில் வலம் வந்தோம். 'இண்டி பெண்டன்ட் பார்க் வே' பகுதியில் இருந்த காரியசித்தி ஹனுமான் கோவிலையும் பார்வையிட்டோம்.

டாலஸ் சகோதரர்கள் சுல்தான், நசீர், செய்யத் அன்சாரி, சேட், அப்துல் ஹக்கீம், அபூபக்கர், குலாம் மைதீன், சலாஹுத்தீன், ஷாஜஹான், சிராஜ் என ஒரு பெரிய நண்பர்கள் வட்டாரமே அங்கே நமது வருகையை எதிர்பார்த் திருந்தனர். அவர்கள் ஒருங்கிணைத்த நிகழ்வுகள் பல நெகிழ வைத்தன.

வந்த இருநாள்களில் ஹஜ்ஜுப் பெருநாளை டாலசில் கொண்டாடும் சூழல்.

அமெரிக்காவில் ஹஜ்ஜுப் பெருநாளின் அனுபவம்.

டாலசில் விரிந்திருக்கும் மாபெரும் பள்ளிவாசல்கள் நமக்குணர்த்தும் செய்திகள். யாவும் பயன்மிகச் செய்பவை. ஒவ்வொன்றாய் பார்ப்போம். ●

16

நாசாவை காணும் வாய்ப்பு

தமிழ்நாடு முஸ்லிம் முன்னேற்றக் கழகத்தின் தலைமை பொதுக்குழு மற்றும் தேர்தல், திருச்சி சமயபுரம் எமரால்டு பேலஸ் மண்டபத்தில், எழுச்சியோடு நடைபெற்ற நவம்பர் 5, 2022 அன்று, அமெரிக்காவின் டெக்சாஸ் மாகாணத்தில் பொதுத் தேர்தல்.

அமெரிக்காவின் குடிமக்களாகி, வாக்குரிமையும் பெற்ற நண்பர் அலிவலம் சீனிவாசன் - பிரியா இணையர் முதல் முறையாக வாக்களிக்கச் செல்லும் வேளை, அலைபேசியில் நம்மிடமும், தலைவர் பேராசிரியர் ஜவாஹிருல்லா எம்எல்ஏ அவர்களிடமும் நல்வாழ்த்துக்களைப் பெற்றனர்.

வல்லரசு தேசத்தில் உயர்ந்த கல்வித் தகுதியோடும், கடின உழைப்போடும் சென்று சேர்ந்த தமிழ் மக்கள், வெற்றியின் திசைகளில் சிறகுகளை விரிகின்றனர். மத்திய கிழக்கு, தூர கிழக்கு நாடுகளில், உடல் உழைப்பு தொழிலாளர்களாய் சென்ற மக்களோடு ஒப்பிடுகையில், மதிநுட்பமும் கல்வித் தகுதியும் கொண்டு மேற்கத்திய நாடுகளுக்குச் சென்ற தமிழர்களின் நிலை பெருமைக்குரியதாக உள்ளது.

நண்பர் சீனி இல்லத்தில்...

அச்சமும் அவநம்பிக்கையும் அற்ற வாழ்வை அந்நாட்டு அரசுகள் உறுதிப்படுத்தியுள்ளன.

வாக்கு போட்டால் வங்கிக் கணக்கில் 15 லட்சம் போடுவேன் என்று சொல்லி பதவிக்கு வந்து மக்களை ஏமாற்றும் 56 இன்ச்சர்களும் அவர்களை இயக்குகின்ற நஞ்சு நெஞ்சர்களும் அங்கே அதிகமில்லை. சில இடங்களில் அறவே இல்லை.

பல்வேறு உயர் பொறுப்புகளை வகிக்கும் தமிழ்நாட்டை பூர்வீகமாகக் கொண்ட அன்பு தமிழ் சொந்தங்களின் சந்திப்பு நிகழ்வு, ஜூலை 6,.2022 டாலஸ் நகரில் ஆலன் கிளப்பில் சகோதரர் கமுதி சுல்தான், நசீர் உள்ளிட்ட சகோதரர்களின் ஒருங்கிணைப்பில் ஏற்பாடு செய்யப்பட்டிருந்தது.

முக்கிய அன்பர்களோடு ஜூலை 6, 2022 அன்று அனைத்து தமிழ் நண்பர்களோடும் வினா விடை விருந்துடன் கூடிய நிகழ்வுகள் இனிதே நிகழ்ந்தன. திராவிட இயல் ஆய்வு

டாலஸில் உள்ள தாய்லாந்து உணவகத்தில் அன்பர்களோடு...

பேராசிரியரும், பொருளாதார நிபுணருமான முனைவர் வே. சிவப்பிரகாசம் அவர்களின் மகன்கள் சுப்பிரமணியன், ராதாகிருஷ்ணன் ஆகியோர் இந்நிகழ்வுக்கு வருகை தந்து சிறப்பித்தனர்.

இந்நிகழ்வின் மூலம் டாலஸ் நகரில் வசிக்கும் தமிழ் நண்பர்கள் இடையே புதிய அறிமுகங்களும் உறவுகளும் உருவானது நமக்கு மேலும் மகிழ்ச்சி.

தாய்லாந்து உணவகம் ஒன்றிற்கு இரவு உணவுக்காக எல்லோரும் சென்றிருந்தோம் மிகவும் புதுமையான உணவுகள் பரிமாறப்பட்டன (ஹலால் தான்).

ஜூலை 9, 2022 தியாகப் பெருநாள் எனும் ஹஜ் பெருநாள் முதன்முறையாக ஹஜ் பெருநாளை வெளிநாட்டில் கொண்டாடும் அனுபவம். இதனிடையே ஹூஸ்டன் மாநகரில் உள்ள புகழ்பெற்ற விண்வெளி ஆய்வு மையமான நாசாவுக்கு

சென்று வர நண்பர் அலிவலம் சீனிவாசன் ஏற்பாடுகள் செய்து, தங்கும் விடுதியையும் முன்பதிவு செய்து வைத்திருந்தார்.

ஸ்ரீஹரிகோட்டாவையே, இன்னும் பார்க்காத நமக்கு நாசாவைக் காணும் வாய்ப்பு.

இப்படி பல ஆச்சரியங்கள் அடியேன் வாழ்வில் ஏற்பட்ட துண்டு. இதுவரை சென்னை சேப்பாக்கம் எம்ஏ சிதம்பரம் விளையாட்டு அரங்கினுள் சென்று கிரிக்கெட் பார்த்ததில்லை. ஆனால், சார்ஜாவில் உள்ள சர்வதேச கிரிக்கெட் அரங்குக்குள் சென்று பயிற்சி ஆட்டங்களைப் பார்த்ததுண்டு.

துபாய், அபுதாபி, ஷார்ஜா, ரியாத், மக்கா, மதினா, ஜித்தா, தம்மாம் உள்ளிட்ட சவூதி அரேபிய மாநகரங்கள், கோலாலம்பூர், சிங்கப்பூர், பாங்காக், சீனாவின் ஷென்ஸென், குவைத் என உலக நாடுகளின் மாநகரங்களையெல்லாம் பார்க்கின்ற வாய்ப்பை இறைவன் அருளினான். ஆனால், இன்னும் நம் நாட்டின் மும்பைக்குச் சென்றதில்லை. கல்கத்தாவைக் கண்டதில்லை.

சிங்கப்பூர் நாடாளுமன்றம் என தமிழில் முகப்பு எழுத்து மின்னும் சிங்கை நாடாளுமன்றத்தை சென்று பார்த்ததுண்டு. நம் நாட்டு நாடாளுமன்றத்தை சுற்றிப் பார்க்கும் வாய்ப்பு இதுவரை கிட்டவில்லை.

அமெரிக்க விண்வெளி ஆய்வு மையமான நாசா நிகழ்த்திய விண்வெளி சாதனைகளை மனதுக்குள் அசைபோட்டுப் பார்த்தோம்.

1400 ஆண்டுகளுக்கு முன்பே விண்வெளிப் பயணம் மனிதனுக்கு சாத்தியமாகும் என்ற திருக்குர்ஆனின் முன்னறிவிப்பும் நினைவுக்கு வந்தது. டாலஸில் இருந்து ஹூஸ்டனுக்கு நண்பர் சீனியின் ஆடி கார் எனும் நவீன தேரில் செல்வது என முடிவான பிறகு, அதிகாலையிலேயே தங்கை பிரியா எங்களுக்கு கட்டுச்சோற்றை கட்டிக் கொடுத்தார்.

சாம் ஹூஸ்ட்டனின்
வெள்ளை சிலை

டாலஸிலிருந்து ஹூஸ்டன் செல்லும் நெடுஞ்சாலை எண் *1-45* இல் விரைந்தது எங்கள் வாகனம்.

அகண்டு விரிந்த அருமையான சாலை, நீல வானில் வெண்மேகங்கள் அணி அணியாய் பவனி செல்லும் அழகு, சாலையோரங்களில் கண்களை ஈர்த்த காட்டுப் பசுமை, இதனிடையே அந்த சாலையின் ஓர் அம்சம் உள்ளத்தில் உற்சாக வெள்ளத்தைப் பாய்ச்சியது.

தமுமுக தொடங்கிய காலத்தில் நெடுஞ்சாலை எல்லாம் தமுமுகவின் கருப்பு வெள்ளை கொடி நிறத்திலேயே இருப்பதை சுட்டிப் பெருமையாகக் குறிப்பிடுவோம்.

அமெரிக்க நெடுஞ்சாலைகளிலோ கருப்பு வெள்ளை கருப்பு என மனிதநேய கட்சி கொடியை அளவெடுத்து பதிந்தது போல் அருமையாக வரைந்திருந்தனர். சில இடங்களில் போக்குவரத்து நம் நாட்டை நினைவூட்டும் வகையில் தேங்கி நகர்ந்த போது, ஓரசாலைக்குள் வாகனத்தை இறக்கி தனி பாதையில் விரைந்து போக்குவரத்து நெருக்கடியை கடந்து முக்கிய சாலையில் கரையேறி பறந்து சென்ற போது,

தமிழன் என்ற முத்திரை பதித்தார் நண்பர் சீனி.

ஹூஸ்டனில் நுழையும் போது சாலையின் இடது ஓரம், சாம் ஹூஸ்ட்டனின் வெள்ளை சிலை.

நம் நாட்டில் சிலைகள் கருப்பாக இருக்கின்றன. அங்கு சிலையும் கூட வெள்ளை தான்.

சாம் ஹூஸ்டனின் பெயரால் தான் அம்மாநகரம் ஹூஸ்டன் எனறு அழைக்கப்படுகிறது.

நாசா வளாகத்திற்குள் சென்ற நேரம், நல்ல பசி. தங்கை பிரியா கட்டி கொடுத்த கட்டுச்சொற்றை உண்ட போது தான், கட்டுச் சோற்றின் அருமை புரிந்தது திருவாரூர் வ. சோ.ஆ. மேல்நிலைப்பள்ளி நினைவுகளும் மலர்ந்தன.

வளாகத்திலேயே லுஹர், அஸர் தொழுகைகளை இணைத்து தொழுதுவிட்டு, விண்வெளியின் வியத்தக செய்திகளை விருந்து படைக்கும், ஆராய்ச்சி கூடமான நாசா விண்வெளி ஆய்வு மையத்தில் நுழைந்தோம்.

ராமர் பாலம் இருப்பதை நாசாவே (?) உறுதி செய்துள்ளது.

திருநள்ளாறு கோயில் மீது செயற்கைக்கோள் பறக்காது (?) என்று நாசாவே கூறியுள்ளது.

இப்படி நாசா பெயரில் பரப்பப்பட்ட பல வதந்திகளும் நினைவுக்கு வந்தன. விண்வெளி ஆய்வில் நாசா பதித்த சுவடுகளும் நம்மை வியக்க வைத்தன. நாசாவின் உள்ளே எத்தனை ஆச்சரியங்கள். ●

17

வியக்கவைத்த விண்வெளி மையம்

விண்வெளி என்ற வியப்பு இறைவனின் இருத்தலுக்கும் வல்லமைக்கும் சாட்சியம் கூறுகிற சான்றாகும்.

'விண்வெளி பயணம் செய்பவரின் இதயம் சுருங்குதல் போல' என்ற திருக்குர்ஆன் வசனம் இறங்கிய காலத்தில் மின்சாரம் கூட கண்டுபிடிக்கப்படவில்லை. வானூர்தி கண்டுபிடிப்பதைப் பற்றி மனிதகுலமே யோசித்திருக்க முடியாத காலத்தில் இறைமறை குர்ஆன் விண்வெளி பயணத்தைப் பற்றிய சாத்தியக் கூறுகளைப் பேசியுள்ளது. வானியல் குறித்து இஸ்லாம் மார்க்கம் திறந்து வைத்த அறிவியல் கதவு பல விண்ணியல் மேதைகள் உருவாகக் காரணமானது.

அறிவியலைக் குறிக்கும் விஞ்ஞானம் என்ற சொல் கூட விண்+ஞானம் விண்ணைப் பற்றிய அறிவே என்றும் அறிஞர்கள் கூறுவர்.

மகத்துவமிக்கப் படைப்பாளனாம் அல்லாஹ்வின் மாபெரும் படைப்பாற்றலை உணர்ந்திட உதவும் பயணமாக

அமெரிக்காவின் ஹுஸ்டன் நகரில் உள்ள விண்வெளி ஆய்வு மையமான நாசாவுக்கு மேற்கொண்ட பயணம் அமைந்தது.

நாசா (NASA) நேஷனல் ஏரோனாட்டிக்ஸ் அண்டு ஸ்பேஸ் அட்மினிஸ்ட்ரேஷன் என்பதன் சுருக்கமாகும்.

NASA சுருக்க எழுத்துகளால் அழைக்கப்படும் 'ஹுஸ்டனில் உள்ள ஜான்சன் விண்வெளி மையம்' அக்.16, 1992 ஆம் ஆண்டு தொடங்கப்பட்டுள்ளது. 2 லட்சத்து 50 ஆயிரம் சதுர அடியில் இதன் பிரம்மாண்ட பரப்பு விரிந்து கிடக்கிறது.

நண்பர் சீனியோடு முன்பதிவு செய்த அனுமதிச் சீட்டுகளை நுழைவாயிலில் காட்டிய போது, முறையாகப் பதிவு செய்துகொண்டு உள்ளே ரயில் போல இருக்கும் 'ஷட்டில்' வாகனத்தில் பயணம் செய்வது உள்ளிட்ட சுற்றுலாவுக்கான டோக்கன் தருகிறார்கள்.

வருகை தரும் பயணிகளை நுழைவாயிலில் நிற்கவைத்துப் படம் எடுக்கிறார்கள். சுற்றுலா முடிந்து செல்லும் போது அந்தப் படத்தை ஃப்ரேம் போட்டு அழகாக்கித் தருகிறார்கள் என்பது முக்கியமில்ல.

சந்திர மண்டலத்தில் நின்று அந்தப் படத்தை எடுத்தது போல, போட்டோஷாப் வேலைகளைச் செய்து தருவார்கள். ஏற்கனவே எடுக்கப்பட்டு வாசலில் வைக்கப்பட்டுள்ள படங்கள் நிஜமாகவே சந்திர மண்டலத்தில் எடுத்தது போன்ற தோற்றத்தில் இருந்தன. அவ்வாறு செய்வதற்கு கூட 80 டாலர் வசூலிக்கிறார்கள். இந்திய மதிப்பில் ரூ.6,400/= வரும்.

அவ்வளவு பணம் கொடுத்து ஒரு படத்தை அக்மார்க் இந்திய மனம் வாங்கிட ஒப்புமா? சந்திர மண்டலத்தில் நின்று படம் எடுக்கும் வாய்ப்பை ஒரு தமிழ் மனம் தவற விடுமா? என உள்ளத்திற்குள் ஓர் ஊசலாட்டம்.

படத்தையும் வாங்கிக்கொண்டு பணத்தையும் மிச்சம் செய்ய நாம் செய்த உத்தி, அமெரிக்க (பெண்) அதிகாரிகளை

வியக்க(?) வைத்ததோடு சிரிக்கவும் வைத்துவிட்டது. (அந்த அதிபுத்தி உத்தியைக் கட்டுரையின் கடைசியில் சொல்வோம்)

விண்வெளி மையத்தின் கண்காட்சிகளைக் கண்டோம். தொடர்ந்து காணொளிகள் அங்குள்ள அரங்குகளில் ஓடிக்கொண்டே இருந்தன.

சந்திரனுக்கு முதன்முதலில் மனிதனை அனுப்பிய அனுபவத்தைக் காணொளியில் காணவைத்து வியக்க வைத்தனர்.

விண்ணில் பறந்து சாதனைச் சுவடுகளைப் பதித்து திரும்பிவந்த விண்கலங்களும், ராக்கெட்களும் பார்வைக்கு வைக்கப்பட்டிருந்தன.

விண்வெளியில் வியக்கத்தக்க சாதனைகள் படைத்த வீரர்களின் படங்கள் ஆங்காங்கே அணி செய்தன.

விண்வெளி சாதனையின்போது உயிரிழந்த இந்திய வம்சாவளி வீரமங்கை கல்பனா சாவ்லாவின் படத்தைத் தேடினோம். அமெரிக்கக் குடிமகளாகவே அவரைப் போற்றி படம் வைத்திருந்தனர். அந்தப் படத்தைப் படமெடுத்துக் கொண்டோம்.

விண்கலத்தினுள் புவியீர்ப்பு விசை செயல்படாத நிலையில் மனிதர்கள் மிதந்து நடமாடும் நிலையைத் தத்ரூபமாக விளக்கும் விண்கலம் ஒன்றும் அங்கு காட்சிக்கு இருந்தது.

நாசாவில் தாமஸ் ஆல்வா எடிசனின் நம்பிக்கையூட்டும் வாசகமருகே...

பத்தாயிரம் முறைகளில் பல்பு கண்டுபிடிக்க முயன்று 'பல்பு' வாங்கினாலும், சற்றும் மனம்சோராமல், 'நான் பத்தாயிரம் முறை தோற்கவில்லை மாறாக பல்பைக் கண்டுபிடிக்க இந்தப் பத்தாயிரம் வழிகள் பயன்படாது என்பதைக் கண்டுபிடித்தேன்' என்று சொன்ன தாமஸ் ஆல்வா எடிசனின் பொன்மொழியை ஒரு விண்ணூர்தி அருகே எழுதி வைத்திருந்தனர்.

எடிசனை அமெரிக்கா மிகவும் மதிக்கிறது. எடிசன் பிறந்தநாளின் போது சில மணித்துளிகள் மின்சாரத்தை நிறுத்தி எடிசன் பிறவாது போயிருந்தால் உலகம் இப்படி இருட்டாகவே இருந்திருக்கும் என்று தொலைக்காட்சிகளில் செய்தி போட்டு அமெரிக்கா மரியாதை செய்வதை நம்மிடம் ஓர் அறிஞர் தெரிவித்திருந்தார். அது கடுமையான மின்வெட்டு இருந்த காலம். நாம் சொன்னோம். அமெரிக்காவை விட பல நூறு மடங்கு அதிகமாக நம் தமிழ்நாடுதான் எடிசனை மதிக்கிறது. பல மணிநேரம் மின்வெட்டு செய்து என்ற போது சிரித்தார்.

அமெரிக்காவின் வெளியுறவுக் கொள்கை மீது நமக்கு கடுமையான விமர்சனம் உண்டு. அவர்களின் கலாச்சாரத்தையும் கூட எல்லோரும் அப்படியே ஏற்க முடியாது. ஆனால் அந்த

விண்கலம் அருகே நண்பர் சீனியுடன்...

நாடும், அதன் மக்களும் தமது அறிவியலாளர்களைக் கொண்டாடுவது நம்மை மிகவும் கவர்ந்தது.

கூத்தாடிகளைக் கொண்டாடி கொண்டாடி குட்டிச்சுவராய்ப் போகும் நம் மக்களின் மனப்போக்கை மாற்ற ஓர் அப்துல் கலாம் வந்தார் ஆறுதல் பரிசு போல. ஆயினும் திரைக் கூத்தாடிகளைத் தலையில் வைத்துக் கூத்தாடும் மனநோய் சமுதாயத்தில் முற்றிலும் மறைந்து, அறிவியலாளர்களை இலக்கியவாதிகளை சமூகத் தொண்டாற்றிய சான்றோர்களைக் கொண்டாடும் பண்பாட்டை இங்கு நாம் கொண்டு வர வேண்டும்.

வளர்ந்த நாடாக, வல்லரசு நாடாக கருதப்படும் அமெரிக்காவில், நடிகர்கள் கொண்டாடப்படவில்லை. அறிவியலாளர்களும், இலக்கியப் படைப்பாளர்களும் கொண்டாடப்படுகிறார்கள்.

விண்கலங்களும், அவற்றின் உதிரிபாகங்களும், ராக்கெட்டு களும், நிறைந்திருந்த நாசா உலகம், விண்வெளி ஆய்வுகளால் மண்வெளி கண்ட மகத்தான பயன்களையும் பறைசாற்றியது.

அதுவரை கண்டிராத அனுபவத்தோடும், இறையின் பேராற்றலை ஒரு சிறிது உணர்ந்த நெகிழ்ந்த மனநிலையோடும் நாசா மையத்திலிருந்து வெளிவந்த எங்களுக்காகத் தயார் நிலையில் இருந்தன. உள்ளே நுழையும்போது எடுத்த படங்கள்? எண்பது டாலர் கொடுக்கவும் வேண்டுமோ? என்பது மனத்தின் குரல்.

படங்களைப் படம் எடுத்து பணத்தை மிச்சப்படுத்தினோம். அங்கே அலுவலில் இருந்த அம்மணிக்கு ஒரே சிரிப்பு. (தமிழ் புரிந்திருக்குமோ என்னவோ) அதானி, அம்பானிகளை நமது 56 இஞ்ச்சர் கண்டுகொள்ளாமல் அனுமதிப்பது போல, அமைதியாக இருந்துவிட்டு, படமெல்லாம் எடுத்து முடிந்தபின் எடுக்கக் கூடாதே.. என்று மட்டும் சொன்னார். அவர் மனிதநேயத்தை வாழ்த்திவிட்டு வெளிவந்தோம்.

பண்பட்டப் பண்பாடு உள்ளதோ இல்லையோ அமெரிக்கர் களுக்கு ‘பண்’பட்ட பண்பாடுதான்.

நாசா இலச்சினை அருகே...

ராக்கெட்டின் அருகே...

இண்டிபெண்டன்ஸ் பிளாசாவில்...

சப்வே என்ற சங்கிலித் தொடர் கடைக்கு இரவு உணவு வாங்கச் சென்றோம். ‘ஹலால்’ குறித்து ஆங்கிலத்தில் கேட்டோம். கடையில் நின்றவருக்கு ஆங்கிலம் புரிந்தது. ஹலால் என்றால் என்னவென்று புரியவில்லை.

‘ப்யூர் வெஜிடேரியன்’ என்ற சொல்லால் சீனி பிரதியிட்டு நீண்ட பண்ணுக்கு நடுவில் காய்கறிகளை வைத்து அடுமனையில் சூடு பண்ணி வாங்கினார்.

ஒரு மணித் துளிக்கு மேல் சூடேற்றினால், மேற்பாகம் இறுகிவிடும் என்ற சீனியரின் எச்சரிக்கை உதவியது.

கடும் பல் வலியால் அவதியுற்ற நமக்கு அமெரிக்க உணவுகள் இந்திய உணவின் மதிப்பை உணர்த்தின.

இரவு மேரியாட் என்ற விடுதியில் தங்கினோம். அது நாசாவுக்குப் பக்கத்திலேயே இருந்தது.

பால்கனியில் நின்று பார்த்தால் நாசாவின் விரிந்த உள்வளாகம் தெரிந்தது. மீண்டும் இரவில் நாசாவை தரிசித்தோம். பள்ளி நண்பர்களோடு அலைபேசியில் உரையாடினோம். அதிகாலை எழுந்து விடுதியைச் சுற்றி நடைப் பயிற்சி சென்றபோது ஹுஸ்டனின் அதிகாலை மனப்பரப்பில் கையெழுத் திட்டது.

ஹுஸ்டனில் இருந்த பிரபல மீன் சந்தைக்கு நண்பர் சீனி அழைத்துச் சென்றார். பெரும்பெரும் செம்மீன்கள், இறால்கள், நண்டுகள் என கடல் ஜீவராசிகளை தெர்மகோல் பெட்டிகளில் மணம் கமழாமல்(?) இறுக்கி அடைத்து ஆடி காரில் அடக்கினோம்.

கல்பனா சாவ்லா உள்ளிட்ட விண்வெளி வீரர்களின் படங்களோடு...

டாலஸ் நகரில் ஜும்ஆ தொழுகையில்

அன்று வெள்ளிக்கிழமை. ஜும்ஆ தொழுகையைப் பயணத்தில் இழந்துவிடக் கூடாதே என மனம் பரிதவித்தது. சீனி அந்தப் பரிதவிப்பைப் புரிந்துகொண்டார். முந்நூறு மைல் கடந்து பள்ளிவாசலில் கொண்டுபோய் சேர்த்திட சீனி உறுதி மேற்கொண்டார். வழியில் போக்குவரத்தில் சிக்காமல் இருக்க வேண்டுமே..

இறைவா உதவு. உன் அடிமை உன்னை வணங்க வழி செய்.. ஆழ்மனம் பிரார்த்தித்தது. ஆடி கார் பறந்தது. ஆடிக்காற்றை விட வேகமாக. ●

18

டாலசில்: ஒரு ஜும்ஆவும் ஒரு பெருநாளும்

வெள்ளிக்கிழமை ஜும்ஆ தொழுகையில் பங்கேற்க 500 கி.மீ. கடக்க வேண்டும். ஹூஸ்டனில் பாதை, பயணம் மற்றும் சென்றடைய வேண்டிய பள்ளிவாசல் ஆகியவற்றை சகோ டாலஸ் சுல்தான் அவர்களிடம் சீனி தெளிவாகக் கேட்டுக் கொண்டார்.

பயணிகளுக்கு ஜும்ஆ தொழுகையில் சலுகை உண்டு என்றாலும், அமெரிக்காவில் ஜும்ஆ தொழும் அனுபவத்தைப் பெற மனம் ஆவல் கொண்டது. சீனிவாசனின் ஆடி வாகனம் அந்த ஆவலின் ஏவல் கொண்டது.

அமெரிக்காவில் வாகனங்களுக்கு 'கேஸ்' (Gas) நிரப்புகிறார்கள். கேஸ் என்றால் எரிவாயு என்று நினைத்தோம். அது வாயு அல்ல திரவம்தான். பெட்ரோல், டீசல் என்று குறிப்பிடாமல் 'கேஸ்' என்று எரி எண்ணையை ஏன் குறிப்பிட வேண்டும். அது கேசோலின் என்பதன் சுருக்கம்.

'ஜீரோ' பார்த்துங்க என்ற எரிபொருள் போடுவதற்கு முந்தைய குரலும், வேகமாய்ப் போட்டதில் அளவு மோசடி இருக்குமோ? என்ற ஆதங்கமும் அங்கு இல்லை. அவரவர்

தனது அட்டையைப் பயன்படுத்தி வாகனங்களுக்கு 'கேஸ்' பிடித்துக்கொள்ள வேண்டும்.

கோடிச் செல்வரையும், கடைக்கோடி ஊழியரையம் ஓரளவு சமமாக்கும் இடமாக அமெரிக்க எரிபொருள் நிலையங்கள் இருப்பது ஒரு மகிழ்ச்சிதான் என்றபோதிலும் நம்நாட்டில் பெட்ரோல் பங்குகளில் ஆயிரக்கணக்கான எளிய மக்கள் பணியாற்றுகின்றனர். இதே தொழில்நுட்பம் நம்நாட்டிற்கு வந்தால் அவர்களது வாழ்வாதாரம் என்னவாகும் என்ற கவலையும் வந்தது.

ஹூஸ்டன் நகருக்கும் மத்திய கிழக்கு அரபு நாடுகளுக்கும் நெருங்கியத் தொடர்பு உண்டு என்றார் சீனி. ஹூஸ்டனில் கட்டடங்கள் அந்தக் கூற்றை வழிமொழிந்தன.

டாலஸ் நோக்கி வாகனம் பறந்தது. 500 கிலோ மீட்டரை அனாயசாமாய்க் கடந்து டாலஸ் நகரின் முதல் பள்ளிவாசலான ஐ.ஏ.என்.டி. **அதாவது இஸ்லாமிக் அசோசியேஷன் ஆஃப் நார்த் டெக்சாஸ்** பள்ளிவாசலை அடைந்தோம்.

ஒரு பள்ளிவாசலில் குறைந்தது மூன்று ஜமாஅத்கள் ஜூம்ஆ தொழுகை நடக்கிறது. கோவிட் கால சமூக இடைவெளியைக் கடைப்பிடிக்க இது உதவியாக இருந்திருக்கலாம்.

பள்ளிவாசல்கள் பரந்து விரிந்த பெரும் வளாகங்களில் அமைந்திருந்தாலும் தொழுகை நேரம் தொடங்குவது முதல் அந்நேரம் முடிவதற்குள்ளான அவகாசத்தில் அடுத்தடுத்த ஜமாஅத்கள் நேரம் குறிக்கப்பட்டு நியமமாக நடத்தப்படுகின்றன.

அந்தந்தப் பள்ளிவாசல்களின் நேரம் அறிந்தோர் எதிர்பாராத நிகழ்வுகளால் தாமதமாகி விட்டாலும் ஜூம்ஆவில் பங்கேற்கும் வாய்ப்பு கிடைக்கிறது.

கொரோனா தொற்று காலத்தில் சென்னை புதுக்கல்லூரியில் 2 ஜமாத்கள் ஜூம்ஆ தொழுகை அறிமுகமானது. இப்போது தமிழகத்தில் எத்தனை ஊர்களில் ஜூம்ஆ தொழுகை ஒன்றுக்கு

இஸ்லாமிக் அசோசியேஷன் ஆஃப் நார்த் டெக்சாஸ்

மேற்பட்ட ஜமாஅத்களாக நடைபெறுகின்றன என்று தெரியவில்லை.

உள்ளத்தை ஈர்க்கும் ஜுஃம்ஆ உரை ஆங்கிலத்தில் நிகழ்த்தப் பட்டது.

ஜுஃம்ஆ தொழுகைக்கு திரண்டு வந்திருந்த கூட்டமும் மக்களிடம் இறைமார்க்கம் குறித்து இருந்த மனஎழுச்சியும், பள்ளிவாசலில் அவர்கள் பின்பற்றும் மிகஉயர்ந்த பண்பாடும் மனத்தை நெகிழ வைத்தன.

பள்ளிவாசல்கள் வெறும் தொழுகைக் கூடங்களாக மட்டும் இல்லாமல் சமுதாயத்தின் சிந்தனை மற்றும் செயல்பாட்டு மையமாகவும், மார்க்கப் பரப்புரையின் செயற்கூடங்களாகவும் அங்கே பணியாற்றி வருகின்றனர்.

இமாம்கள் உரை நிகழ்த்துபோது அவர்கள் குறிப்பிடும் தரவுகளும் இறைமறை, நபிவழித் தரவுகளும் அறிவூட்டும் வகையில் செறிவூட்டம் கொண்டுள்ளன.

எல்லாப் பள்ளிவாசல்களுக்கும் அங்கே இணைய தளமும், பள்ளிவாசல் வளாகத்திலேயே ஒரு தகவல் மையமும் உள்ளன.

இந்த இணைய தளங்கள் வாயிலாக நன்கொடை, ஜகாத் போன்றவை பெறப்பட்டு நிர்வகிக்கப்படுகின்றன. பொதுமக்கள் சமூகத்தொண்டில் தம்மை இணைத்துக் கொள்ளும் வாய்ப்பையும் இணைய தளங்கள் வாயிலாகப் பெறுகிறார்கள்.

அமெரிக்காவின் ஆடம்பர மற்றும் ஆடைக் கலாச்சாரம், இவற்றைப் பார்த்து ஒட்டுமொத்த தேசம் குறித்தும் ஒற்றை முடிவுக்கு வந்துவிட முடியாது என்பதை அங்குள்ள பள்ளிவாசல்கள் பறைசாற்றுகின்றன.

முஸ்லிமல்லாத சகோதரர்கள் நம்நாட்டின் பள்ளிவாசல்களின் வாசல் வரை திரண்டு வந்து ஃபஜ்ர் மற்றும் மஃரிப் தொழுகை நேரங்களில் நிற்பதைப் பார்த்திருப்போம்.

பச்சிளம் பாலகர்கள் நோய்வாய்ப்பட்டிருந்தால், தொழுகையாளிகள் ஓதி ஊதும் போது அந்நோய் குணமாகி விடும் என்று நமது தொப்புள்கொடி உறவுகளான இந்து சகோதர சகோதரிகள் உறுதியாக நம்புகிறார்கள்.

அதனால் பனிப்பொழியும் அதிகாலைகளில் கூட பச்சிளம் குழந்தைகளைத் தூக்கிவந்து வாசலில் நிற்கிறார்கள். அவ்வாறு வரும் சகோதர சகோதரிகள் வெளியே நின்று சிரமப்படும் சூழல் பல இடங்களில் நம் மனத்தை வருந்தச் செய்யும்.

சில பள்ளிவாசல்களில் அவர்கள் அமர்வதற்கு சிறப்பான ஏற்பாடுகள் செய்யப்பட்டுள்ளன. அனைத்துப் பள்ளிவாசல்களிலும், பள்ளிவாசலை நாடிவரும் முஸ்லிமல்லாத சகோதர சகோதரிகளை உபசரிப்பதற்கு உரிய ஏற்பாடுகள் செய்யப்பட வேண்டும் என்பது நம் உள்ளக் கிடக்கை.

அமெரிக்காவில் முஸ்லிமல்லாத சகோதர சகோதரிகள் பள்ளிவாசலுக்கு தாராளமாக வரலாம். அங்கு என்ன நடக்கிறது என்பதை அறிந்து கொள்ளலாம்.

கூட்டுத் தொழுகை முடிந்ததும், உபரித் தொழுகைகள் முடிந்து, பள்ளிவாசலின் இமாமை சந்தித்து உரையாடும் வாய்ப்பு கிடைத்தது.

வானொலி நாயகர் அன்பு அறிவிப்பாளர் பி.எச்.அப்துல் ஹமீது அவர்களுடன் பணியாற்றிய இலங்கை வானொலி மூத்த அறிவிப்பாளர் சகோ.அஷ்ரஃப் அவர்களும் அந்தப் பள்ளிவாசலில் நமக்கு அறிமுகமானார்.

நாம் தொழுகை முடித்து, அன்பர்களை அளவளாவி வரும்வரை சீனிவாசன் காத்திருந்து, அழைத்துச் சென்றார். மறுநாள் பெருநாள்..

ஈதுல் அழ்ஹா என்னும் தியாகப் பெருநாளை அமெரிக்காவில் கொண்டாடும் புதிய அனுபவம். அநேகமாக வெளிநாட்டில் அடியேன் சந்திக்கும் முதல் பெருநாள்.

பெற்றோர், உற்றார், குடும்பங்களைப் பிரிந்து பணிநிமித்தம் வெளிநாடுகளுக்கு வந்து பல்வேறு சூழல்களில் பெருநாளைக் கொண்டாடும் சகோதரர்களின் உணர்வுகளை ஒருகணம் எண்ணிப் பார்த்தோம்.

டாலஸின் மிகப்பெரிய பள்ளிவாசலான 'இஸ்லாமிக் அசோசியேஷன் ஆஃப் காலின் கமிட்டி' என்ற பள்ளிவாசலில்

டாலஸ் பள்ளிவாசலில்...

அதிகாலை சுபுஹுத் தொழுகை முடித்த சிறிது நேரத்தில் தியாகப் பெருநாள் சிறப்புத் தொழுகை தொடங்கும் என்பதறிந்து அங்கே தொழுகைக்குச் செல்ல ஏற்பாடு.

இரவிலிருந்தே சீனிவாசனின் வீடு பெருநாள் கோலம் பூண்டது. அண்ணனைச் சிறப்பாகக் கவனிக்கத் தங்கை பிரியா விதவிதமான உணவுகளை சமைக்கத் தொடங்கினார். பிள்ளைகளுக்கும் குதூகலம்.

'இஸ்லாமிக் அசோசியேஷன் ஆஃப் காலின் கமிட்டி' பள்ளிவாலுக்கு வெளிநாட்டு விருந்தினர்கள் வந்தால் உபசரிக்கும் பொறுப்பில் சகோ.சுல்தான் இருந்தது நமக்கு கூடுதல் வாய்ப்பு. தமிழ் மாநாட்டுக்கு வந்த விருந்தினர், அப்பள்ளிவாசலுக்குத் தொழ வருவதைத் தெரிவித்து, சிறப்பு வரவேற்புக்கு அவர் ஏற்பாடு செய்திருந்தது. அங்கு நிகழப் போகும் நெகிழ வைக்கும் நிகழ்வுகள் குறித்தும் அப்போது அறிந்திருக்கவில்லை. ●

19

பல்கலை வளாகங்களாகப் பள்ளிவாசல்கள்

ஒரு நாளின் அதிகாலை அழகானது. பெருநாளின் அதிகாலையோ பேரழகானது. அமெரிக்காவில் கொண்டாடப் போகும் ஹஜ்ஜுப் பெருநாளின் அதிகாலை புதிய அனுபவமாகவே மலர்ந்தது.

'இஸ்லாமிக் அசோசியேஷன் ஆஃப் காலின் கவுண்ட்டி' பள்ளிவாசலில் ஃபஜ்ருத் தொழுகை முடிந்த சிறிது நேரத்திலேயே தியாகப் பெருநாள் சிறப்புத் தொழுகை நடைபெறவிருந்ததால் காலை ஆறு மணிக்குள் பள்ளிவாசல் வளாகத்திற்குள் வந்துவிட வேண்டும் என்று சகோதரர்கள் அறிவுறுத்தி இருந்தனர்.

நண்பர் சீனிவாசன் தங்கை பிரியா, பிள்ளைகள் ஷர்வஜித், சக்தி எல்லோரும் நமக்காகப் பரபரப்பாக அதிகாலை முதலே இயங்கத் தொடங்கினர்.

ஜும்ஆ தொழுகை போலவே பெருநாள் தொழுகையும் அங்கு இரண்டு அல்லது மூன்று ஜமாஅத்களாக அடுத்தடுத்து நடத்தப்படுகின்றன. அந்த அளவுக்கு முஸ்லிம்களின் மக்கள் தொகை அதிகமுள்ளது, அதிகரித்துக் கொண்டும் வருகிறது.

நாம் அறிந்த வகையில் எல்லாப் பள்ளிவாசல்களுமே இஸ்லாமிய அழைப்பு மையங்களாகச் செயல்பட்டு வருகின்றன. அழைப்புப் பணிகளும் இஸ்லாம் மார்க்கத்தை அனைத்து தரப்பினரும் அறிந்துகொள்ள காரணமாக உள்ளது.

பல இடங்களில் கிறிஸ்தவ தேவாலயங்கள் முஸ்லிம்களால் விலைக்கு வாங்கப்பட்டு பள்ளிவாசல்களாக ஆக்கப்பட்டுள்ளன.

ஆனால் மதவாதத்தை அங்குள்ள அரசியல் கட்சிகள் அரசியல் ஆதாயம் தேடும் ஆயுதமாகக் கையில் எடுக்கவில்லை. இதை நேரில் காணும் நேரத்தில் நெஞ்சம் நெகிழ்ந்து போனோம்.

'இஸ்லாமிக் அசோசியேஷன் ஆஃப் காலின் கவுண்ட்டி' பள்ளிவாசல் வளாகத்துக்குள் நண்பர் சீனிவாசனின் 'ஆடி' வாகனம் நுழைந்தபோது, தன்னார்வலர்கள் வழிநடத்தி, நமக்காகவே ஒதுக்கப்பட்ட சிறப்பு வாகன நிறுத்தத்தில் வாகனம் நிறுத்த ஏற்பாடு செய்தனர்.

இது அந்நாட்டில் விருந்தினருக்கு வழங்கப்படும் கௌரவம் என்று தமிழ்ச் சகோதரர்கள் தெரிவித்தனர். நண்பர் சீனிவாசன்

இஸ்லாமிக் அசோசியேஷன் ஆஃப் காலின் கவுண்ட்டி

அமர பள்ளிவாசலின் உள்ளே ஓர் இருக்கை ஏற்பாடு செய்து தந்தனர். தொழுகையைப் பார்க்கும் வகையிலும், சொற் பொழிவைக் கேட்கும் வகையிலும் அவருக்கு ஒதுக்கப்பட்ட இடம் அமைந்திருந்தது.

உலகெங்கும் தலைதூக்கி வரும் இனவாத, மதவாத வெறுப்பு நெருப்பை இஸ்லாம் என்னும் அன்பின் மழையால் அணைப்பது குறித்த அருமையானப் பேருரை ஆங்கிலத்தில் நிகழ்த்தப்பட்டது.

தொழுகை முடிந்த பின், பள்ளிவாசலை சுற்றிப் பார்த்தோம். கருத்தரங்கக் கூடங்கள், பெரிய நூலகம், உள்விளையாட்டு அரங்கம், மகளிர்க்கென சிறப்புப் பகுதிகள், குழந்தைகளுக்கான இடங்கள் என மனம் கவரும் பல அம்சங்கள் அந்தப் பள்ளிவாசலில் இருந்தன.

நம்நாட்டின் பள்ளிவாசல்களும் பண்பாட்டுக் கேந்திரங் களாக, அறிவூட்டும் கல்விச் சாலைகளாக, பசி தீர்க்கும் கருணை இல்லங்களாகப் பரிணமிக்க வேண்டும் என்ற நமது ஆவலும் இந்தத் தொடரை எழுத உந்து சக்தியாயின.

தொழுகை முடிந்தபின் விருந்தினரான நம்மை பள்ளிவாசலின் முதல் தளத்தில் இருந்த விருந்து கூடத்திற்கு அழைத்துச் சென்றனர்.

பள்ளிவாசலின் இமாம் மற்றும் நிர்வாகிகளோடு நாமும், சீனிவாசனும் சிற்றுண்டி அருந்தினோம். பள்ளிவாசல் இமாம் அப்பள்ளிவாசலின் பணிகளை விளக்கிச் சொன்னார்.

அன்று மாலை டாலஸ் நகரின் **இளவட்டங்கள்** ஏற்பாடு செய்திருந்த பெருநாள் சந்திப்பு விருந்தில் சிறப்புரையாற்ற அழைப்பு தரப்பட்டது. இளைஞர்கள் என்று எழுதாமல் இளவட்டம் என எழுதியதற்குக் காரணம், அவர்களின் சங்கத்திற்கு அவர்கள் சூட்டியுள்ள பெயர்தான்.

டி.பி.எஸ்.சி. (DPSC) என்பது அந்த சங்கத்தின் பெயர். 'டாலஸ் பசங்க ஸ்போர்ட்ஸ் கிளப்', 'வருத்தப்படாத வாலிபர்

சங்கம்' போல பெயர் உள்ளதே என்று நினைத்த நமக்கு சகோதரர் செய்யது அன்சாரி தந்த விளக்கம் மகிழ்ச்சியளித்தது.

வேலை.. வேலை.. என்று எந்நேரமும் பரபரப்பில் இயங்கிய நம் மக்களுக்கு உடல்நலம் குறித்த பார்வையும், அக்கறையும் குறைந்து, அதனால் பல்வேறு உடல்நலக் குறைபாடுகளை சந்தித்த சூழலில் இந்த 'ஸ்போர்ட்ஸ் கிளப்' உருவாக்கப்பட்டுள்ளது. இதில் பல்வேறு விளையாட்டுகளில் ஆர்வத்தோடு வயது பேதமின்றி எல்லோரும் களமிறங்க அவர்களின் உடல்நலம் காக்கப்பட்டுள்ளது. பொதுத் தொண்டுகளிலும் நம்மக்கள் ஆர்வத்தோடு இணைந்திட இது காரணமாகியுள்ளது.

நபிகள் நாயகம் (ஸல்) அவர்களும் நபித்தோழர்களும் உள்ளத்தைத் தூய்மையாகவும், உடலை உறுதியாகவும் வைத்திருந்த சான்றுகளை சுட்டி உரையாற்றினோம். சேணம் பூட்டப்படாத குதிரையில் பயணிக்கும் தகுதியோடு நபி(ஸல்) அவர்கள் திகழ்ந்ததையும், நள்ளிரவில் மதினாவில் ஓர் ஓசை

இஸ்லாமிக் அசோசியேஷன் ஆஃப் காலின் கவுண்ட்டி பள்ளிவாசலில்...

கேட்டு மக்கள் பதற்றமடைந்த போது, பாலைவன இருளில் பாய்ந்து வந்த குதிரை மீது அமர்ந்திருந்த நபி(ஸல்) அவர்கள் மக்களுக்கு அச்சத்தை நீக்கி ஆறுதல் ஊட்டி, சமுதாயத்தின் முதற்பாதுகாவலராக இறையருளோடு செயல்பட்டதை அவ்வுரையில் குறிப்பிட்டோம்.

உணவு நேர உரையாடலின்போது சகோ.செய்யது அன்சாரி நமக்கு ஒருவகையில் உறவினர் என்பது தெரிந்தது. முப்பது ஆண்டுகளுக்கு முன் சந்தித்த இந்திய உறவுகள், வயதான மச்சி மார்கள் உடன் அலைபேசியில் மறுதொடர்பை உருவாக்கிய பொழுதுகள் மிக நெகிழ்வாகவே நகர்ந்தது.

மறுநாள் எபிக் எனப்படும் 'ஈஸ்ட் ப்ளானோ இஸ்லாமிக் கவுன்சில்' (EPIC) என்ற மாபெரும் பள்ளிவாசலுக்கு சகோ. சுல்தான், செய்யது அன்சாரி மற்றும் சகோதரர்களோடு சென்றோம். உலகப் புகழ்பெற்ற மார்க்க அறிஞர் **யாசர் காதிரி** அங்குதான் பணியாற்றுகிறார்.

மிகப்பெரிய வளாகத்தில் அமைந்திருந்த(EPIC எபிக்) பள்ளியின் தொழுகைக்கூடம் கண்கவர் கலைநுட்பத்தோடும் மன அமைதி தரும் விசாலத்தோடும் இருந்தது.

பசித்தோருக்கு உணவளிக்கும் பண்பாட்டை ஒவ்வொரு பள்ளிவாசலும் கொண்டிருந்தன.

இங்கும் அது பெரிய அளவில் நடைபெற்று வருகிறது.

இங்கு திரட்டப்படும் உணவுப் பொருள்கள், மளிகைப் பொருள்கள் யாவும் பையிலிட்டுக் கட்டப்பட்டு வாரம் ஒருநாள் வாசலில் வைக்கப்படுகின்றன. தேவையுடையோர் முஸ்லிம்களோ, முஸ்லிம் அல்லாதவர்களோ யாராக இருப்பினும் எடுத்துக் கொள்ளலாம். மகிழுந்துகளில் வந்து இவற்றைப் பெற்றுச் செல்வோரும் உண்டு. வாங்குவோரின் நிலை கருதாமல் தேவையுடையோர் யாவருக்கும் வழங்கு கின்றனர்.

டாலஸ் பள்ளிவாசல் இமாம் (கறுப்பு அங்கியில்) உடன் இலங்கை வானொலி மூத்த அறிவிப்பாளர் அஷ்ரஃப் ஆகியோருடன்...

உயர் கல்விக்கு இளையோரை வழிநடத்தும் கல்வி வழி காட்டல் பிரிவும், கல்விக்கான உதவிப் பிரிவும் எபிக் பள்ளிவாசலில் இயங்குவது கூடுதல் சிறப்பு.

அதிரை காதிர் முகைதீன் கல்லூரி முன்னாள் முதல்வர் பேரா.ஹசன் அவர்களின் மகனார் சகோ.அபூபக்கர் இல்லத்தில் ஓர் அருமையான சந்திப்பு பின்னிரவில் நடந்தது.

இளங்கலைப் படிப்பில் எனது தமிழ்ப் பேராசிரியரும், காதிர் முகைதீன் கல்லூரி முன்னாள் முதல்வருமான நற்றமிழ் நாவலர் பேரா.அப்துல் காதரும் அலைபேசி வழியே உரையாடலில் இணைய சிறிதுநேரம் அமெரிக்கா அதிராம்பட்டினம் ஆனது.

மறுநாளில் ஃப்ளோரிடா மாநிலம் ஜூபிடருக்குப் புறப்பட வேண்டும். எங்கள் இல்லத்தில் ஒருநாளாவது இருக்கட்டும், நாங்களே வழியனுப்பி வைத்தும் விடுகிறோம் என்ற சகோ. சுல்தான் உள்ளிட்டோரின் கோரிக்கையை சீனிவாசன் நிறை வேற்ற ஒப்புக்கொண்டார்.

இடைப்பட்ட ஒருநாளில் டாலசின் புகழ்பெற்ற ரீ யூனியன் டவருக்குப் பயணமானோம்.

டாலஸ் மாநகரம் முழுவதையும் உச்சியிலிருந்து பார்க்க வாய்ப்பளிக்கும் ரீ யூனியன் டவர் அருகே அமெரிக்காவின் முன்னாள் அதிபர் ஜான் ஃபிட்ஜெரால்டு கென்னடி என்ற முழுப்பெயர் கொண்ட கென்னடி படுகொலை செய்யப்பட்ட இடம் உள்ளது. அங்கே அவரது வாழ்வும் பணியும் குறித்த காணொளிகள் திரையிடப்படுகின்றன. புத்தகங்கள் விற்கப் படுகின்றன.

ஜான் எஃப் கென்னடிக்கு, உலகில் பெரும் தாக்கம் ஏற்படுத்திய “நூறு பேர்” என்ற நூலில் அதன் ஆசிரியர்

எபிக் பள்ளிவாசலின் உள்விளையாட்டரங்கம், எபிக் உயர்கல்வி வழிகாட்டல் மற்றும் பள்ளிவாசல் நூலகம்

மைக்கேல் எச்.ஹார்ட் இடம் தந்துள்ளார். இந்த நூலில்தான் நபிகள் நாயகத்திற்கு அவர் முதல் இடத்தைத் தந்து உலகின் வரவேற்பைப் பெற்றார்.

ஜான் எஃப் கென்னடிக்கு அவர் அந்த நூலில் இடம் தந்ததன் காரணம், மனிதனை நிலவுக்கு அனுப்புவதையும், விண்வெளி ஆய்வுகளையும் தேர்தல் வாக்குறுதியாக வழங்கி அதை நிறைவேற்றிக் காட்டியவர்.

நிலவில் கால்வைக்க நீல் ஆர்ம்ஸ்ட்ராங், ஆல்டரின் போன்ற விண்வெளி வீரர்கள் வேறு யாரும் கூட கிடைத்திருப்பார்கள். ஆனால் மிகப்பெரிய பொருளாதார செலவில் இத்திட்டத்தை நிறைவேற்ற ஜான் எஃப் கென்னடியைத் தவிர வேறு ஓர் அதிபர் கிடைத்திருக்க மாட்டார் என குறிப்பிட்டிருப்பார் மைக்கேல் எச்.ஹார்ட்.

பெரும்பாலான அமெரிக்க அதிபர்கள் உலக மக்களின் எதிர்விமர்சனங்களை அதிகம் பெற்றிருக்க, உலகம் முழுதும்

டால்ஸ் விமான நிலையத்திற்கு சகோ.செய்யத் அன்சாரியுடன்...

ரீயூனியன் டவரின் உச்சியில் தொலைநோக்கல்...

கொண்டாடப்பட்ட அதிபராக ஜான் எஃப் கென்னடி இருந்ததும் குறிப்பிடத்தக்கது. அவர் இறுதியாக ஊர்வலம் வந்த வீதியையும், காணொளிகளையும், கல்வெட்டுகளையும் கண்டு விட்டு, பிரம்மாண்ட உயரம் கொண்ட ரீ யூனியன் டவரின் உச்சிக்கு, கட்டணம் கட்டி மின்தூக்கியில் விரைந்தோம்.

ரி யூனியன் டவரின் உச்சியில் நின்று அது கட்டப்பட்ட வரலாற்றை காணொளியாகப் பதிவு செய்தோம். தமிழ் இளையோர் சிலரையும் சந்தித்தோம். அடுத்தகட்ட நிகழ்வுகள் குறித்து சிந்தித்தோம். ●

மனம் மறக்கா அமெரிக்கா

20

மின்னல்களின் தாயகம் நோக்கி..

சிரமம் என்று கருதிய ஒன்று எளிதாவதும், எளிது எனக் கருதிய ஒன்று சிரமத்தில் சிக்குவதும் வாழ்க்கை தரும் ஆச்சர்ய அனுபவம்.

டெக்சாஸ் மாகாணத்தின் டாலஸ் நகரிலிருந்து மதியம் 1.30 மணியளவில் விண்ணேற்றம் கண்ட டெல்டா விமானம், அட்லாண்டாவில் உள்ளூர் நேரம் 4.15க்கு தரையிறங்கியது.

டாலஸ் விமான நிலையத்தில் கைச்சுமைப் பையில் (ஹேண்ட் லக்கேஜ்) ஒரு தண்ணீர்க் குடுவை வைத்திருந்தோம். பாதுகாப்புச் சோதனைக்குப் பிறகு அந்தப் பை வந்து சேரவில்லை.

பை வரவில்லை என்பதை பாதுகாப்புச் சோதனையில் இருந்த ஓர் அம்மணியிடம் கூறியபோது,

'வெய்ட்' எனக் கூறிவிட்டு, வெய்ட்டே இல்லாத அந்தப் பையை எடுத்து வந்தார்.

'இதற்குள் ஓர் அபாயமான பொருள் இருப்பதாக சந்தேகிக் கிறோம் 'என்றார். பையைத் திறந்து நீங்களே சோதனையிடலாம் என்றோம்.

அந்த அம்மணி பையைத் திறந்து, தண்ணீர் பாட்டிலை வெளியே எடுத்து, இதுதான் அது என்றார்.

ஓ... குடிதண்ணீர்க் குடுவை கூட இவர்களுக்கு ஓர் அபாயப் பொருளா? என வியந்தோம்.

திரவங்களுக்கு கைப்பையில் அனுமதி இல்லை என்றார். உங்கள் மனத்தில் ஈரம் இல்லையோ? என்று எண்ணிக்கொண்டு அந்தப் பாட்டிலை நீங்களே வைத்துக் கொள்ளலாம் என்றேன்.

அந்த வார்த்தைகளை அவர் தன் மீது சோடா பாட்டிலை வீசியது போல உணர்ந்தாரோ என்னவோ அந்தப் பாட்டிலைக் குப்பைக் கூடையில் போட்டுவிட்டு பையைத் தந்தார் வேகமாக.

'தண்டா பாணி'யை (குளிர்ந்த நீர்) இழந்துவிட்டு நிராயுத பாணியாக நடந்தோம்.

வெஸ்ட்பாம் பீச் செல்ல அட்லாண்டா வரை செல்லும் டெல்டா விமானத்தில் பிடித்தமான ஜன்னலோர இருக்கை கிடைத்தது. அட்லாண்டா சென்று இன்னொரு இணைப்பு விமானம் பிடிக்க வேண்டும். மூவர் அமரும் இருக்கையில் எனக்கு அடுத்து ஒரு சேய், அதை அடுத்து அதன் தாய்.. அவர்கள் தாய்லாந்து தாய், பிள்ளைகள்.

குழந்தை உள்ளத்தோடு தாயும் இருந்ததால் சந்தோஷமானது. குழந்தையைப் போலவே தாயும் உடுத்திக் கொண்டு இருந்தால் அது சங்கடமானது.

செலவில் தாராளம் காட்டுபவர்கள் ஆடைகளில் ஏனிந்த கஞ்சத்தனம் காட்டுகிறார்களோ..?

அந்தச் சிறுமிக்கு ஜன்னலோரம் அமர்ந்து படங்கள் எடுக்க ஆசை.. அந்த இருக்கையை குழந்தைக்கு என்று நாம் விட்டுக் கொடுத்தால், நடு இருக்கையில் அல்லவா சிக்கிக்கொள்ள நேரிடும். அந்தக் குழந்தை உடை(?) அம்மணிகளுக்கெல்லாம் சேர்த்து அங்கே ஆண்கள்தான் கூச்சப்பட வேண்டும் போல.

மனசைக் கல்லாக்கிக் கொண்டு மழலைக்கு இடம் தர வில்லை. சில படங்கள் மட்டும் எடுத்துக் கொடுத்தோம். அட்லாண்டாவில் இறங்கி, வெஸ்ட்பாம் பீச். செல்வதற்கு இணைப்பு விமானம் பிடிக்க எந்த நுழைவாயிலுக்குச் செல்ல வேண்டும் என்று தெரியாது.

வாயிலில் நின்ற அதிகார அம்மணிகளிடம் அவசரமாய்க் கேட்டோம்.

'காத்திரு' என்று கண்சாடை காட்டிவிட்டு, ஆப்ரிக்க இளைஞர் ஒருவருக்கு அக்கறையோடு வழிகாட்டியது அந்த அம்மணி.

சுருட்டை முடி அம்மணியின் ஆஃப்ரிக்க இனப்பாச உணர்வை ரசித்தோம்.

நம் முறை வந்ததும், முறைக்காமல் முறையாகவே கேட்டோம் நுழைவாயில் குறித்து ஆங்கிலத்திலே.

அந்த அம்மணி சி சிக்ஸ் என்றது. எதிரிலே சி56 என்ற நுழைவாயில் இருந்தது. 50 நுழைவாயிலைக் கடக்க வேண்டும் போல என நாமாக முடிவு செய்துகொண்டு போகிறோம், போகிறோம், கட்டடத்துக்குள்ளே ஒரு நெடுஞ்சாலையாய் நீளும் பாதையில்.

சி6 நுழைவாயிலைப் பார்த்தால் அதிர்ச்சி. விமானம் புறப்பாட்டுக்கான எந்த அறிகுறியும் இன்றி காலியாக இருந்தது. கழுவி விடப்பட்ட கறிக்கடை போல.

தவறான நுழைவாயிலுக்கு வந்துவிட்டோம் என உள்மனம் உணர்த்த அருகில் இருந்த ஆங்கில அதிகாரியிடம் கேட்டோம்.

ஆப்ரிக்க அம்மணியின் கைங்கர்யத்தால் வேறு சிலரும் சி6 நுழைவாயிலைத் தேடி வந்திருப்பார்கள் போலும். அவர் நமது போர்டிங் கார்டை வாங்கி T6 என்று எழுதித் தந்தார்.

T6 என்று அந்த அம்மணி உச்சரிப்பது சி6 என்று காதில் விழுகிறது.

5.03 க்குள் இணைப்பு விமானத்தைப் பிடிக்க வேண்டுமே என்ற பதற்றம். T6 செல்லும் வழியை சற்று தள்ளிவந்து கேட்டோம். இம்முறை அக்கறையோடு வழிகாட்டியவரும் அலுவலில் இருந்த ஓர் ஆப்ரிக்க சகோதரியே.

நகரும்படி வழியே இறங்கி அங்கிருந்து T6 செல்ல வேண்டும் என்றது. இறங்கினால், அங்கே தொடர் வண்டிகள் தொடர்ச்சியாக ஓடிக்கொண்டிருந்தன.

தூய்மைப் பணியில் ஈடுபட்டிருந்த ஒரு தம்பியிடம் T6 வாயிலுக்கு வழி கேட்டேன். தொடர் வண்டியில் ஏறி மூன்றாவது நிறுத்தத்தில் இறங்கச் சொன்னார்.

‘அமெரிக்காவில் தூய்மைப் பணியார்களும் தூய ஆங்கிலம் பேசுகிறார்களே..? என்று அபத்தமாக யோசிக்காமல், பி வரிசை அடுத்து ஏ வரிசை நிறுத்தங்கள் கடந்து T வரிசை நிறுத்தத்தில் இறங்கி 6ஆம் எண் வாயிலுக்கு அதிவிரைவாய் ஓடினோம்.

விமானத்தைத் தவறவிடவில்லை..

இறைவா... என்று நன்றி நவின்றால், டாலசில் தண்ணீர் பாட்டிலை இழந்த தாகம், அட்லாண்டாவில் அட்லாண்டிக் கடல்போல விரிந்து எழுந்தது.

நுழைவாயில் அருகே இருந்த ‘சப்வே’ உணவகத்தில், ‘தண்ணீர் பாட்டில் கொடு’ என்று 20 அமெரிக்க டாலரை எடுத்து நீட்டினோம்.

‘பணம் வாங்க மாட்டோம்’ என்றாள் அந்தப் பாவை. ‘கடன் அட்டை மட்டுமே ஏற்கப்படும்’ என்றாள்.

தாகம் கொண்ட ஒரு தமிழன் அட்லாண்டா நகரிலே கடனட்டைக்கு எங்கு போவான்.

வல்லரசு தேசமாம். குடிப்பதற்கு இலவச தண்ணீர் தர வக்கற்றவர்கள்.

காவிரி டெல்டா மாவட்டத்துக் கிராமத்து குடிசைகளில் தண்ணீர் கேட்டால் நீர் மோரே தருவார்கள்.

டெல்டா விமானத்தில் வந்து இறங்கியவனுக்கு அமெரிக்க தேசத்தில் டாலர் கொடுத்தாலும் தண்ணீர் இல்லை. இதுவா வல்லரசு தேசம்.

'பராசக்தி' படத்தில் நீதிமன்றத்தில் நின்று நடிகர் திலகம் சிவாஜி கணேசன் கேள்விக் கணைகளைத் தொடுப்பது போல மனம் வினாச் சரங்களை வீசியது. மனத்துக்குள்ளே பொங்கி வெடித்துப் பேசியது.

ஒரு பயனும் இல்லை.

விமானத்தில் ஏறுமாறு அழைப்பு விடுக்கப்பட்டது. பிளாட்டினம், தங்கம் என்று விமானச் சீட்டில் முற்பட்ட சாதியினர் முதலில் அழைக்கப்பட்டனர்.

நமது இருக்கை விமானத்தின் *Main 2* என்ற இடத்தில் ஒதுக்கப்பட்டிருந்தது.

நடுத்தர வயது கடந்த ஓர் இளம் மூதாட்டிக்கு முன்னதாகப் போய் நின்றோம். நீங்கள் மெய்ன் 1ஆ என்றார் அம்மூதாட்டி. இல்லை மெய்ன் 2 என்றோம்.

நாம் சற்றே அவருக்குப் பின்னால் சென்று, இப்போது நீங்கள் சரியான இடத்தில் நிற்கிறீர்கள் என்றோம். அந்த அம்மணிக்கு முகமெல்லாம் புன்னகை மலர்ந்தது. அது விரும்பத்தக்க விடை என்றார்.

பிளாட்டினம், தங்கம் சீட்டுகளை கூவிகூவி அழைத்த அந்த வாயிலோய், நடுத்தர சாதி சீட்டுகளை அழைக்காமல் இருக்க,

நாமாகச் சென்று பயணச் சீட்டைக் காட்ட, வேண்டா வெறுப்பை மறைத்துக்கொண்டு உள்ளே அனுப்பி வைத்தார்.

விமானத்தில் பாதையோரம் அமைந்த 36டி இருக்கையில் அமர்ந்தோம்.

தலா இரண்டு பயணச் சீட்டு எடுக்க வேண்டிய ஓர் ஆப்ரிக்க இணையர், சன்னல் மற்றும் நடு இருக்கையில் அமர்ந்திட, நல்லவேளை நாம் நடுவில் சிக்கவில்லை என நிம்மதி கண்டது மனது.

அட்லாண்டாவிலிருந்து ஃப்ளோரிடாவின் வெஸ்ட்பாம் பீச் நோக்கி வருவதை ஆரூர் பாஸ்கருக்குத் தெரிவித்தேன்.

'மின்னல்களின் தாய்வீடு' எனப் பெயர் பெற்ற ஃப்ளோரிடா மாநிலம் சதுப்பு நிலங்களையும், வனங்களையும் பெருமளவு கொண்டது. ஃப்ளோரிடாவின் வளம் கொழிக்கும் பகுதி வெஸ்ட்பாம் பீச் என்பர். பரப்பளவிலும் அதுவே பெரிய மாவட்டம்.

‘பாம் பீச் கவுண்ட்டி’ என்பது அதன் பெயர். பாம் *(Palm)* என்றால் பனை. பாம் பீச், ராயல் பாம், வெஸ்ட் பாம் பீச் என பனையை நினைவுகூரும் நகரங்கள் பல உள்ளன. சைப்ரஸ் என்ற மரத்தின் பெயரிலும் ஒரு நகரம் உள்ளது.

நாம் செல்லவுள்ள ஜுபிடர் நகரம், ஃப்ளோரிடா மாநிலத்தின் கிழக்குப் பகுதியில் இருக்கும் ஓர் அழகான கடற்கரை நகரம்.

இயற்கை எழில் கொஞ்சும் இந்த நகரின் மக்கள்தொகை சுமார் 60 ஆயிரம் பேர்.

குளிர் காலம், கோடை காலம் என்ற வேறுபாடு எதுவுமில்லாமல் ஆண்டு முழுவதும் கோல்ஃப், டென்னிஸ் ஆகிய விளையாட்டுகள் நடைபெறும் இடம்.

உலகப் புகழ்பெற்ற டென்னிஸ் சகோதரிகள் செரினா வில்லியம்ஸ், வீனஸ் வில்லியம்ஸ் ஆகியோர் வசிப்பதும் இங்குதான். உலகப் புகழ்பெற்ற கோல்ஃப் வீரர் டைகர் வுட்ஸ் வாழ்வதும் இங்குதான்.

ஜூலை காற்று வீசும் மாலைப் பொழுதில் ஜுபிடர் போய்ச் சேரும் வாய்ப்பு.

“வெஸ்ட் பாம் பீச்சில் மழை வெளுத்துக் கட்டுகிறது. விமானம் தரையிறங்கத் தாமதம் ஆகலாம்” என்று தகவல் அனுப்பியிருந்தார் ஆரூர் பாஸ்கர்.

அதிகத் தாமதமில்லை. விமானம் தரை தொட்டதும், சடங்குகள் முடித்து வெளியில் வந்தோம்.

ஆரூர் பாஸ்கர் காருடன் காத்திருந்தார். கார்காலம் அது. ஈரமானது மனது.

ஃப்ளோரிடாவில் விடிந்த பொழுதுகள் அழகானவை.

21

ஜூலை காற்றில் ஜூபிடரில்

வீதிகள், தெருக்கள், சந்துகள் என்று மக்கள் வசிக்கும் வீடுகள் உள்ள இடங்களை இங்கே வகைப்படுத்துகிறோம். அமெரிக்காவில் மக்கள் வசிக்கும் பகுதிகளை கம்யூனிட்டி என்று குறிப்பிடுகிறார்கள்.

கம்யூனிட்டி என நம்நாட்டில் குறிப்பிட்டால் அது சாதியைத் தான் அடையாளப்படுத்தும்.

அங்கே கம்யூனிட்டி என்பது பல்வேறு இன, மத, மொழி, தேசியங்களைக் கொண்ட மக்கள் இணைந்து வாழும் இடங்களாக உள்ளன. வசதி மிகுந்தோர், வசதி குறைந்தோர் என்பது மட்டுமே அங்கு கம்யூனிட்டிகளின் வரைவிலக்கணம்.

ஜூபிடரில் பள்ளித் தோழர், ஆருயிர் நண்பர் ஆரூர் பாஸ்கர் வசிக்கும் பகுதி. ஒரு கனவுப் பிரதேசமாகவே காட்சியளித்தது.

பரந்து விரிந்த அந்த கம்யூனிட்டியில் சாலைகள் நேர்த்தியாக அழகு செய்யப்பட்டிருந்தன. மரங்களின் செறிவும், அழகும் மனங்களை ஈர்த்தன. ஆங்காங்கே நெடிய நீர்நிலைகளை செயற்கையாக உருவாக்கி இருந்தனர்.

வானம், முகம் பார்த்துக்கொள்ள வடிவமைக்கப்பட்ட வட்டக்கண்ணாடிகள் போல அந்தக் குளங்கள் காட்சி தந்தன.

குளங்களைச் சுற்றி கோலமிகு மரங்கள், பசுமைப் புல் வெளிகள், அதிகாலை, அந்திமாலை நடைப்பயிற்சிக்கு இந்தக் கவித்துவ சூழல் ரம்மியமான ரசனை கூட்டுகிறது.

நம்நாட்டில் நீர்நிலைகள் பாழ்படுத்தப்படும் நிலைமையை அந்தச் சூழலில் எண்ணிப்பார்த்து மனம் கலங்கினோம்.

ஜூபிடரின் கலங்கரை விளக்கத்தின்
முன்பு நா்னும் ஆரூர்பாஸ்கரும்

அழகிய குளங்களில் நீச்சல் பழகிய நினைவுகள், மங்கியச் சித்திரம் போல மனத்தில் தங்கி இருக்கின்றன.

அல்லிகுளம், பிள்ளையார்குளம், பிடாரிகுளம், பள்ளிவாசல் குளம் என திருவாரூர் விஜயபுரத்தில் இளம் வயதில் நீந்திய குளங்கள் பல இப்போது கட்டாந்தரைகளாக, கட்டடங்களாக, தண்ணீரின் சமாதிகளாகக் காட்சியளிக்கின்றன.

ஓடம்போக்கியாறு என்ற காவிரியின் கிளை ஆறு மாசுபட்டு மரணித்து, வெங்காயத் தாமரைகளால் வெம்காயம்பட்டு வீணாகிக் கிடக்கிறது ஒரு நீண்ட நீர்ச்சடலமாக.

கொடிக்கால்பாளையம் என்று சிறிய கிராமத்தில் சுமார் முப்பது குளங்கள் இயற்கை எழில் கொஞ்ச இருந்து வந்தன. இப்போது பல குளங்கள் ஆவியை இழந்து ஆவியாகி, மண்மேடாக மாறிவிட்டன. இந்நிலை ஒவ்வொரு ஊருக்கும் பொருந்தும்.

ஆறு, ஏரி, குளம், குட்டை, கண்மாய் என இயற்கையாக இறைவன் தந்த அருட்கொடைகளை நாம் பாழ்படுத்துகிறோம். ஆனால், மேலை நாடுகளில் அவற்றை மிகுந்த முயற்சி எடுத்து உருவாக்குகிறார்கள்.

13.7.2022 அன்று ஜுபிடரின் கலங்கரை விளக்கம் செல்ல ஏற்பாடானது. ஆரூர் பாஸ்கர் மட்டுமல்ல, அவரது சரிபாதி யான தங்கை சங்கீதா, பிள்ளைகள் அமிர்தா, சுவேதா ஆகியோரும் உற்சாகத்தோடு உபசரிப்புகளை நடத்தினர்.

வீட்டிலிருந்தபடியே பணியாற்றும் வாய்ப்பு (work from home) என்பது மேலும் உதவியாக இருந்தது. ஆரூர் பாஸ்கரும் குடும்பத்தினரும் மரக்கறி உணவினர்.

அண்ணல் காந்தியடிகள் லண்டனுக்கு படிக்கச் சென்றபோது தன் தாயாரிடம், புலால் உண்ண மாட்டேன், மது அருந்த மாட்டேன் என சத்தியம் செய்து தந்துவிட்டுச் சென்றார். அந்த சத்தியத்தைப் படிக்கும் காலத்தில் கண்டிப்போடு காப்பாற்றினார் என்று பாடத்தில் படித்துள்ளோம்.

ஜூபிடர் கடற்கரை

'பாஸ்கர் அமெரிக்காவில் எப்படி மரக்கறி உணவு மட்டும் உண்டு' என்று ஆச்சரியமாகக் கேட்டேன். எனது வினாதான் அவருக்கு ஆச்சர்யம்.

நீருக்கு அடியில் மீன் எப்படி மூச்சுத் திணறாமல் வாழ்கிறது? என்று நாம் ஆச்சரியப்படுவோம். தரைக்கு மேலே மனிதர்கள் எப்படி மூச்சுத் திணறாமல் வாழ்கிறார்கள் என்பது மீனுக்கு ஆச்சர்யமாக இருக்கலாம்.

ஜூபிடரில் அட்லாண்டிக் கடலின் முகத்துவாரத்தில் அமைந்துள்ள பழங்காலக் கலங்கரை விளக்கத்திற்குப் பிள்ளை களோடு சென்றோம்.

அதிராம்பட்டினத்தில் படித்தபோது அருகிலுள்ள புதுப் பட்டினம் மினாராவைப் பார்க்கச் சென்றதுண்டு.

முட்டையின் வெண்கருவை சிமெண்ட்டோடு கலந்து கட்டப்பட்ட அந்த மினாரா எத்தனையோ புயல்களை

எதிர்த்து நின்று கொண்டிருக்கிறது. கலைஞர் கதை வசனம் எழுதிய புதையல் என்ற படம் அங்கு தான் படமாக்கப்பட்டது.

மாணவப் பருவத்தில் மினாராவின் உச்சிக்கு ஏறிச்சென்று, கடற்பரப்பையும், தென்னைகள் சூழ்ந்த மண்ணையும் கண்டு திளைத்த நினைவுகள் எழுந்தன. (மூன்று நாள்கள் கால் வலி நினைவுப் பரிசாக மாணவக் காலத்தில் கிடைத்தது.)

பல வரலாற்றுச் சிறப்புகளைக் கொண்டிருந்த ஜுபிடர் கலங்கரை விளக்கத்தின் உச்சிக்கு செல்ல அனுமதியும் பல கட்டுப்பாடுகளும் இருந்தன. 1860-இல் திறக்கப்பட்ட இந்தக் கலங்கரை விளக்கம் கடல் மட்டத்தில் இருந்து 150 அடி உயரம் கொண்டது. கட்டணம் கட்டி, கட்டுப்பாடுகளுக்கு கட்டுப்பட்டு மேலேற முடிவு செய்தோம்.

'வாக்கி டாக்கி' யில் எம் வருகை கீழிருந்து மேலே சொல்லப் பட்டது. மேலே இருப்பவர் சரி சொன்னால்தான் கீழே இருந்து அனுப்பி வைப்பர்.

கவின்மிகு குடியிருப்பில்
காலை நடையின்போது...

அந்தக் கலங்கரை விளக்கத்திலும் மேலே இருப்பவர்தான் முடிவுகளை எடுத்தார். எல்லா இடங்களிலும் அதுதானே நிலை.

மேலே இருந்தவர் பெயர் ஃப்ராங்க். முதியவர். ஆனால் குழந்தைகளின் குதூகலம் குன்றாதவர்.

சுற்றுலா வரும் சிலரிடம் மட்டும் அவர் உரையாட முடியும். தரைமட்டத்திலிருந்து சிலநூறு அடிகள் உயரமாகத் தனிமைப் பட்டு வாழ்கிறோம் என்ற ஆதங்கங்கள் அற்று உற்சாகக் குழந்தையாய் இருந்தவர் அவர்.

கலங்கரை விளக்கத்தின் பல மாடிகள் சுழன்று சுழன்று ஏறிச்சென்ற நமக்கு அந்தக் கலங்கரை விளக்கத்தின் வரலாறு களை சந்தித்த புயல்களை அவர் எடுத்துரைத்தார். "பிள்ளைகள் அழகு. நீங்கள்தான் என்னைப் போல இருக்கிறீர்கள்" என்று நம்மையும், பாஸ்கரையும் கலாய்த்தார். அதை ரசித்தோம்.

நாமும், முதியவர் ஃப்ராங்க்கும்

ஜுபிடர் ஜுனோ பியர் பீச் என்ற கடற்கரையில் கடல் மீது பாலமிட்டு மீன்பிடித்துப் பொழுது கழிக்கும் இளவட்டங் களைப் பார்த்தோம். பாறைகள் செறிந்த அப்பகுதி மீன்பிடிக்கு ஏற்றதாக இருந்தது.

மறுநாள் வெஸ்ட்பாம் பீச் டவுன்டவுன் என்ற பகுதிக்குச் சென்றோம்.

கலை எழில் மிகுந்த அப்பகுதியில் நுண்கலைக் கல்லூரி நம்மைப் பெரிதும் கவர்ந்தது.

கட்டடக் கலையும் சாலைகளின் நேர்த்தியும் அழகுற இருந்ததை அங்கு கண்டோம். அக்காலத்தில் நம் ஊர்களில் வாடகை சைக்கிள் கடைகள் கிடைக்கும். மணிக்கு, நாளுக்கு என அதற்கு வாடகை உண்டு.

சைக்கிள் ஓட்டப் பழகுபவர்கள் முதலில் வாடகை சைக்கிளில்தான் பழகுவர். சைக்கிள் கடைகளில் இருக்கும் நோட்டில் சைக்கிள் எடுக்கும் நேரம், விடும் நேரம் குறித்து கட்டணம் வாங்குவர்.

இப்போது வாடகை சைக்கிள் கடைகள் அருகிவிட்டன. அமெரிக்காவில் அவை இருக்கின்றன. மிதிவண்டி மிதிப்பதில் உள்ள ஆரோக்கியத்தை அறிந்துள்ள அந்நாட்டினர் நவீன வாடகை சைக்கிள் கடைகளை வைத்துள்ளனர். அதையும் பார்வையிட்டோம்.

துபையின் ஃப்ரிஜ் முரார் பகுதியில் ஒரு பின்னிரவில் சைக்கிள் ஓட்டிய நினைவுண்டு. அங்கே சகோதரர் திருப்பூந் துருத்தி அப்துல் அஜீஸ் ஒரு பழங்கால சைக்கிளைப் பழமை மாறாமல் பாதுகாத்து வைத்திருந்தார். பழைய பொருட்களுக்குப் பதிலாக பேரீச்சம் பழம் தரும் வியாபாரிகள் அங்கு இல்லாததால் அந்த சைக்கிள் துணிவோடு சுற்றிக்கொண்டிருந்தது.

அமெரிக்காவில் சைக்கிள் ஓட்ட நமக்கு அவகாசம் இல்லை (தைரியமும் இல்லை.)

வரிசையாக வாடகை மிதிவண்டிகள்

உலகில் இரண்டாவது பெரிய கடற்கரை நமது சென்னை மெரினா கடற்கரை என அறிவோம்.

அப்படியானால் உலகின் முதல் பெரிய கடற்கரை எது?

அதுதான் ஃப்ளோரிடாவிலுள்ள மியாமி கடற்கரை.

மறுநாள் மியாமி கடற்கரைக்குப் பயணமாவோம் என்றார் பாஸ்கர்.

அதற்குமுன் மின்னஞ்சலில் மியாமியின் படகு நிறுவனம் அனுப்பிய கடிதம் எனக்கு வந்திருந்தது.

அதில் “இப்பயணத்தில் உள்ள உயிர் அபாயங்களை நான் அறிந்தே, இப்பயணத்திற்கு சம்மதிக்கிறேன்” என்று எழுதியிருந்தது.

உயிர் அபாயப் பயணமா? அட்லாண்டிக் கடலின் அதிவேகப் படகுப் பயணத்திற்கு ஆரூர் பாஸ்கர் முன்பதிவு செய்திருந்தார். அவர்கள் தான் இந்த சம்மதத்தைக் கேட்கிறார்கள்.

உயிரைப் பணயம் வைத்து ஒரு பயணம் தேவைதானா? யோசித்தோம். ●

மனம் மறக்கா அமெரிக்கா

22

கடலோரம் கவிதைபோல...

உலகின் மிக நீளமான கடற்கரை மியாமி, அதற்கு அடுத்த இடத்தில்தான் சென்னை மெரீனா வருகிறது. இரண்டாவது இடத்தை வகிக்கும் கடற்கரை நகரிலிருந்து சென்ற நமக்கு உலகின் முதலிடத்தில் உள்ள கடற்கரையைக் காணும் வாய்ப்பு. ஃப்ளோரிடா மாகாணத்தின் ஜுபிடர் நகரிலிருந்து சாலை வழியே ஒரு மதியப் பொழுதில் நண்பர் ஆரூர் பாஸ்கருடன் மியாமிக்குப் பயணமானோம்.

ஐ95 சாலை வழியே ஆரூர் பாஸ்கர் தன் தேரை செலுத்தினார். ஐ என்பது இண்ட்டர்ஸ்டேட் என்பதன் சுருக்கம். நம்நாட்டில் தேசிய நெடுஞ்சாலைகளை என்.ஹெச். என்பது போல அமெரிக்காவில் ஐ என்று குறிப்பிடுகிறார்கள். 95 என்பது சாலையின் எண்.

ஐ95 என்பது மூவாயிரம் கிலோ மீட்டர் நீளமுடைய சாலை. அமெரிக்காவின் தெற்கு மாகாணத்தையும் வடக்கு மாகாணத்தையும் இணைக்கும் சாலை அது. நம்நாட்டில் காஷ்மீர் முதல் கன்னியாகுமரி வரை என்பதுபோல அமெரிக்காவில் ஃப்ளோரிடா முதல் நயாக்ரா வரை என்று சொல்லலாம்.

ஃப்ளோரிடாவையும் நயாக்ராவையும் இணைக்கும் அந்த நீண்ட நெடுஞ்சாலை வழி, மியாமி நோக்கிச் சென்றோம்.

அமெரிக்காவின் மிக நீண்ட நெடுஞ்சாலை

மியாமி கடற்கரை

நெடும் பாதையில் சென்றது வாகனம். பழைய பள்ளிக்கூட நினைவுகளில் பயணித்தது எங்கள் மனம். உடன் படித்த மாணவர்களின் பெயர் பலவற்றைச் சொல்லி ஆரூர் பாஸ்கரை நினைவாற்றலால் அசத்த நினைத்தோம். அவரோ மாணவியர் பெயர்களையும் வரிசையாக சொல்லி நம்மை அசர வைத்தார். ஆரூர் பாஸ்கரின் ஜெஸிகா கிங் என்ற நவீன புதினம் 16.1.2022 திருவாரூர் செல்வீஸ் அரங்கில் வெளியிடப்பட்ட அவ்விழாவிற்கு அவர் குறிப்பிட்ட அன்பர்களும் வரலாம்.

பால்யகாலத்து பள்ளி நண்பர்களை அலைபேசியில் அழைத்தோம். அந்நேரம் இந்தியாவில் நள்ளிரவாக இருக்கும். அடியக்கமங்கலத்தில் ஆசிரியராகப் பணியாற்றும் நண்பர் பிரேம், அந்த இரவில் உற்சாகத்தோடு உரையாடினார்.

இந்தியா விடியும் நேரத்தை எதிர்பார்த்தது. ஆசிரியர்களிடம் உரையாடினோம். அண்மையில் தமிழக முதலமைச்சர் மு.க.ஸ்டாலினிடம் தமிழ்ச்செம்மல் விருது பெற்ற எங்கள் பள்ளி ஆசிரியர் நாடறிந்த நகைச்சுவை நாவலர் புலவர் இ.ரெ.சண்முக வடிவேல், கவிக்கோ ஞானச்செல்வன், மோசஸ் நடுநிலைப் பள்ளியின் தலைமை ஆசிரியரும், தொண்ணூறு

வயதைத் தொட்ட பிறகும் தன் மாணவர்கள்மீது பாசம் பொழிபவருமான எட்டாம் டீச்சர் என்னும் ச.கமலா கிறிஸ்டி கிரேஸ் ஆகியோரிடம் மியாமியிலிருந்து உரையாடினோம்.

மியாமி. அதிவேகப் படகு சவாரி நிறுவனத்திடமிருந்து வந்த மின்னஞ்சல் தான் பதைபதைக்க வைத்தது. உயிர் அபாயங்கள் மிக்கது என அறிந்து இப்பயணத்திற்கு ஒப்புக்கொள்கிறேன் என்று ஒப்புதல் கேட்டுள்ளதை ஆரூர் பாஸ்கரிடம் காட்டியபோது, அலட்சியமாய் அவர் சிரிக்க, இது வழமையான நடைமுறை. இங்கே தேநீர் குடிப்பதற்கு ஒப்பந்தம் போட்டால் கூட இப்படித்தான் பயம் காட்டுவார்கள். இது அமெரிக்காவின் முன்னெச்சரிக்கை மற்றும் விழிப்புணர்வின் அடையாளம் என்றார்.

குஜராத்தில் மோர்பி பாலத்தில் பல்லாயிரக்கணக்கான மக்களை ஒரே நேரத்தில் அனுமதித்து, ஏராள மனித உயிர்கள் இறப்பைத் தழுவக் காரணமான குஜராத் பாஜக அரசின் அலட்சியம் நம் நினைவுக்கு வரலாம்.

மியாமி நகரில் மக்கள் குவிந்த வண்ணம் இருந்தனர். வாகனத்தை அதற்கென அனுமதி பெற்ற இடங்களில் தான் நிறுத்த வேண்டும். பல அடுக்குகளைக் கொண்டிருந்த வாகனப் பாதுகாப்பங்கள் பலவும் நிரம்பி வழிந்தன. ஓரிடத்தில் இடம் கிடைக்க கார் நிறுத்தினோம். பிறகு நெடுந்தூரம் நடந்தோம்.

கண்கள் அந்நகரின் கலையழகில் லயித்திருந்ததால் கால்களின் வலிகள் தெரியவில்லை. விமானங்கள் அடிக்கடி பறந்து கொண்டே இருந்தன. மனிதர்களின் மென்மை மனங்கவர்ந்தது.

சில வீதிகளையும் ஒரு பூங்காவையும் பாரவையிட்டு, படகுத் துறைக்கு நடந்தோம். முன்பதிவு ஆவணங்களைக் காட்டிய பிறகு அதிவேகப் படகில் அனுமதித்தார்கள்.

பழக்கதோஷத்தில் ஜன்னலோரம் தேடினோம். வானமே ஜன்னலாய்த் தெரியும்போது, ஏது ஜன்னலோரம். முதலில் மெதுவாக மிதக்கத் தொடங்கிய படகு அட்லாண்டிக் கடலில்

மனம் மறக்கா அமெரிக்கா... 171

அண்டாலண்டிங் கடலில் அதிவேகப் படகில்...

ஆக்ரோசமாய் சீறிப் பாய்ந்தது. ஆனாலும் பயப்படும் அளவுக்கு இல்லை.

அந்தப் படகின் மரைக்காயர் அதாவது படகோட்டி மிக உற்சாகமான இளைஞன். நகைச்சுவை அவரது சொற்களில் துள்ளியது.

மியாமி தெற்குக் கடற்கரை நகரில் பல தீவுகள் உள்ளன. உலகறிந்த ஆளுமைகள் பலர் அங்கு வசித்து வருகின்றனர்.

ஹாலிவுட் நடிகர்கள் மாட் டாமன், சில்வஸ்டர் ஸ்டாலன், கூடைப்பந்து வீரர் லெப்ரன் ஜேம்ஸ், முன்னணி சமூக ஊடக உரிமையாளர்கள் இல்லங்களை எல்லாம் படகோட்டி சுட்டிக் காட்டி பல கதைகளைச் சொன்னார்.

பாடகி மடோனா வீடு என்று கடலோரம் ஒரு மாளிகையைக் காட்டி, அவர் அடிக்கடி தனது ஆண் நண்பர்களுக்கு விருந்து கொடுத்து கொண்டாடி வந்ததால் வெளியேற்றி விட்டார்கள் என்று சிரித்துக்கொண்டே படகின் ஒலிபெருக்கியில் ஒலிபரப்பு

செய்தார் அந்தக் குறும்புக்காரப் படகோட்டி. உண்மையோ? பொய்யோ அறியோம்.

மியாமி கடற்கரையில் இருண்ட ரம்மியம் மனம் ஈர்த்தது என்றாலும் தொடர்ந்து அங்கு வீற்றிருக்க முடியாத சூழல்.

எல்லாவற்றையும் பத்திரமாகப் பாதுகாக்கும் வனிதையர்கள் கூச்சம், வெட்கம் போன்ற குணங்களைத் தொலைத்துவிட்ட குழந்தைகளாக இருப்பதுதான் சங்கடம்.

கவிப்பேரசு வைரமுத்து, அவர் உதவியாளர் ப.பாஸ்கர் ஆகியோருடன் ஆரூர் பாஸ்கரை உரையாட வைத்தோம். கவிஞர் பழநிபாரதி 'மியாமியை தான் எழுதிய 'ஆல்ப்ஸ் மலைக்காற்று வந்து...' என்ற பாடலில் குறிப்பிட்டுள்ளதாகச் சொன்னார். தலைவர் பேரா.ஜவாஹிருல்லா 'ஆல்ப்ஸ் மலை யின் நிழலில்' என்று தொடர் எழுதியதை நினைவுகூர்ந்தோம்.

நெடுந்தொலைவுகளில் இருந்தாலும் நெஞ்சங்களை இலக்கியம் இணைப்பது இனிப்பாகவே இருந்தது.

மறுநாள் ஃப்ளோரிடாவிலிருந்து கலிஃபோர்னியா மாநிலம் சான்ஃபிரான்சிஸ்கோவுக்குப் பயணம். அங்குள்ள தமிழ்ச் சங்கத்தினர் ஒரு சிறப்பான நிகழ்ச்சிக்கும் ஏற்பாடு செய் திருந்தனர்.

வெஸ்ட் பாம் பீச் விமான நிலையத்திலிருந்து டெல்டா விமானம் டி.எல்.2417 இல் பறந்து அட்லாண்டா சென்று அங்கிருந்து டி.எல்.1742 விமானம் பிடித்து சான் ஒசே செல்ல வேண்டும். *San Jose* என்று எழுதி, சான் ஒசே என்று படிக்கிறார்கள்.

ஹாங்காங்கில் நாம் தங்கியிருந்த இடம் கௌலூன் அருகே இருந்தது. அதை சிம் ஷா சுய் என்று அழைப்பர். *Tsim Sha Tsui* என எழுதுவர். சுனாமி *Tsunami* இல் *T* என்ற எழுத்து ஒலிபெறாதது போல. அமெரிக்காவில் ஜோஸ் என்பதை ஒசே எனப் படிக்கிறார்கள்.

இந்தக் குழப்பங்கள் இல்லாத மொழி நமது தமிழ் மொழிதான் என்பதில் பெருமை கொள்ளலாம்.

ஆரூர் பாஸ்கரும் அன்புத் தங்கை சங்கீதாவும், வெஸ்ட் பாம் பீச் விமான நிலையத்தில் வழியனுப்பி வைத்தனர்.

இந்த முறை அட்லாண்டா வின் பிரம்மாண்ட விமான நிலையத்தில் குழம்பி விடாமல் சரியான வாசலை முன்னரே சக பயணியிடம் கேட்டறிந்து, சான் உசே நோக்கிப் பறந்தோம்.

கலிஃபோர்னியாவில் கூத்தாநல்லூரைச் சேர்ந்த சகோ. நிலாமுதீன் (நைஸ் நிலாம்) காத்திருந்தார்.

குன்றளாவிய அறிவும் வானளாவிய குறும்பும் கலந்த, ஒரு காந்த மனிதர் சகோ.நிலாமுதீன். குளோபல் தமிழ் முஸ்லிம் நெட்வொர்க் என்ற தொலைக்காட்சி மூலம் கலக்கி வருபவர்.

சான் உசே விமான நிலைய வாசலில் ஒரு மாலையோடு பின் இரவில் வரவேற்றார் நிலாமுதீன். அவர் மகன் திருக்குர்ஆனை மனனமிட்டிருந்த ஆதிலும் வந்திருந்தார்.

அந்த மாலை நம் ஊரில் மாட்டுப் பொங்கலுக்கு உரிய மாலை போன்றிருந்தது. அங்கே பல சுவாரசியங்கள் காத்திருந்தன.

23

இறையில்லத்தில் இணைந்த தமிழ் உள்ளங்கள்

சான் ஹுசே (SAN JOSE) விமான நிலைய வாயிலில் மாலை போட்டு வரவேற்ற சகோ. நிலாமுதீனிடம், சிரித்துக் கொண்டே, “மணவிழாவிலேயே மாலை போடாதவனுக்கு, மாட்டுப் பொங்கல் மாலையைப் போட்டு வரவேற்கிறீர்களே” என்றோம்.

“இது ஹவாய் மாலை” என்று சுவைபடச் சொன்னார். சகோ.நிலாமுதீன் அவரது மகனும் திருமறையை மனனமிட்டுள்ள தம்பியுமான ஆதில் உடன் வந்திருந்தார். நெடுஞ்சாலைகளில் பயணித்து தங்குமிடம் அடைந்தோம்.

சகோ.நிலாமுதீன் இல்லத்தின் அருகே இருந்த அவ்வீடு நாம் தங்குவதற்காக ஏற்பாடு செய்யப்பட்டிருந்தது. கேரளச் சகோதரர் முதீர் அவ்வீட்டின் உரிமையாளர். உங்கள் சொந்த வீடு போல எண்ணித் தங்கவேண்டும் என்று அலைபேசி வழியே அன்புக் கட்டளை போட்டார்.

அன்பின் குறும்புகள் அதிகமுள்ள சகோதரர் கூத்தாநல்லூர் நிலாமுதீன், என்னுடைய ‘டூத் பிரஷ்’ஷைத் தவிர அனைத்தையும் பயன்படுத்திக் கொள்ளுங்கள் என்றார். (நல்ல வேளை,

உள்ளாடைகளை அந்த வீட்டில் அவர் வைத்திருக்கவில்லை போலும்...)

வீட்டில் ஒளிர்ந்த குர்ஆன் வசனங்களும், மார்க்கச் சூழலும், தனிமையில் தங்கும் பதற்றத்தைப் போக்கி ஓர் அருமையான மன அமைதியைத் தந்தன.

இறை வணக்கத்திற்கும், நன்றி கூறலுக்கும் இத்தகைய அமைதி மிகு சூழல் ஒவ்வொருவருக்கும் ஏதாவதொரு தருணத்தில் அருளப்பட வேண்டும். வாசிக்கும் நீங்களும் அத்தகைய சூழலைத் தேடவேண்டும்.

கலிஃபோர்னியா மாகாணத்தில் வாழும் இந்தியர்கள் நிலை, அவர்கள் அதிகம் வாழும் பகுதிகள், தமிழ் மக்கள் வாழும் சூழல், முஸ்லிம்கள் உருவாக்கி நடத்தும் பள்ளிவாசல்கள், சங்கங்கள் குறித்து சகோ.நிலாம் மற்றும் சகோதரர்களுடன் உரையாடினோம்.

மறுநாள் வெள்ளிக்கிழமை. ஜு்ம்ஆ தொழுகைக்கு சான்ஃபிரான்சிஸ்கோ வளைகுடா பகுதியில் *(BAY AREA)* உள்ள முஸ்லிம் கம்யூனிட்டி அசோசியேஷன் (எம்.சி.ஏ.) என்ற மாபெரும் பள்ளிவாசல் வளாகத்துக்குப் பயணமானோம்.

முஸ்லிம் கம்யூனிட்டி அசோசியேஷன்

நாற்பதாண்டுகளாய் இயங்கி வருகிறது இந்தப் பள்ளிவாசல். மிகவும் பரந்து விரிந்திருந்த எம்சிஏ பள்ளிவாசலில் நாற்பது நாடுகளைச் சேர்ந்த முஸ்லிம்கள் ஒன்றாகத் தொழுகின்ற வாய்ப்பு. "யாதும் ஊரே யாவரும் கேளிர்" என்ற சங்கத்தமிழ்ப் பாடலின் வரிகளை அந்தப் பள்ளிவாசலின் ஒவ்வொரு வரிசையும் அர்த்தப்படுத்தியது.

வியக்கத்தக்க அம்சங்களுடன் விரிந்து பரந்து காட்சியளித்த அந்தப் பள்ளிவாசல் உருவாக அடிப்படைக் காரணமாகத் திகழ்ந்தவர்களில் நமது சென்னையைச் சேர்ந்த மகபூப் கானும் ஒருவர் என்ற தகவல் மனம் நெகிழ வைத்தது. மறைந்துவிட்ட அவரின் மறுமை சிறக்க அங்கு பிரார்த்தித்தோம்.

90 ஆயிரம் சதுர அடி நிலத்தை நாற்பதாண்டுகளுக்கு முன் சான்ஃபிரான்சிஸ்கோ வாழ் முஸ்லிம் சகோதரர்கள் சகோ. மஹபூப் கான் அவர்களின் ஒருங்கிணைப்பில் முப்பது லட்சம் அமெரிக்க டாலருக்கு வாங்கி பள்ளிவாசல் வளாகமாக உருவாக்கியுள்ளனர்.

90 சதுர அடியில் முதலில் தொழுகைக்கூடம் தொடங்கப் பட்டுள்ளது. பிறகு மெல்ல மெல்ல விரிவுபடுத்தியுள்ளனர். இந்தப் பள்ளிவாசல் வளாகத்தில் பள்ளிவாசலின் நிர்வாகத்தின் கீழ் 'கிரானடா இஸ்லாமிக் ஸ்கூல்' என்ற மேல்நிலைப் பள்ளியும் இயங்கி வருகிறது. இதில் நானூற்றுக்கும் மேற்பட்ட மாணவர்கள் பயின்று வருகின்றனர்.

ஆடவர்க்கும், பெண்களுக்கும் தொழும் கூடங்கள் தனித் தனியாக அமைந்துள்ளன. மூவாயிரம் பேர் ஒரே நேரத்தில் தொழும் வசதி கொண்ட இப்பள்ளிவாசலில் ஜும்ஆ தொழுகை இரண்டு முறை நடக்கிறது. இரு ஜும்ஆக்களிலும் மக்கள் திரள் நிரம்பி வழிகிறது. அங்கு நாம் தொழுத ஜும்ஆவில் ஆற்றப்பட்ட உரை உள்ளத்தை ஈர்க்கும் வகையில் உருக்கமாக இருந்தது.

ஷேய்க் அலாவுதீன் அல்பக்ரி என்ற அப்பள்ளியின் இமாம் ஆற்றிய ஜும்ஆ பேருரையில் ஒவ்வொரு செய்தியும், குர்ஆன்

மற்றும் நபிமொழியின் ஆதாரங்களோடு அறிவார்ந்த வகையிலும், உணர்வு செறிந்த முறையிலும் அமைந்திருந்தது.

எம்சிஏ பள்ளிவாசலில் மூன்று விருந்துக் கூடங்கள். திருமணம் உள்ளிட்ட சமூக நிகழ்வுகளை நடத்துவதற்காகக் கட்டப்பட்டுள்ளன. மர்யம்(அலை), கதீஜா(ரலி), ஆயிஷா(ரலி) ஆகிய பெண்களில் சிறந்தவர்களின் பெயர்கள் அந்த சமூகக் கூடங்களுக்குச் சூட்டப்பட்டுள்ளன.

ஜும்ஆவில் பெருந்திரளான அளவில் பெண்கள் பங்கேற்ப தோடு, பள்ளிவாசல் அலுவலக நிர்வாகப் பணிகளிலும் முழுமையான ஹிஜாப் அணிந்து ஆர்வமாகப் பணியாற்று கின்றனர்.

நோன்பு துறக்கும் காலங்களில் முஸ்லிமல்லாத சகோதர சகோதரிகளுக்கு பள்ளிவாசலில் இஃப்தார் விருந்து வழங்கி சிறப்பிக்கப்படுகிறது.

தொழுகையின்போது...

இரண்டாவது ஜமாஅத்தாக ஜும்ஆ தொழுகை முடிந்த பிறகு சகோ நிலாமுதீன் வாயிலாகத் தகவலறிந்து தமிழ்நாட்டு சகோதரர்கள் பள்ளிவாசலில் குழுமினர்.

திரளான தமிழ்நாட்டுச் சொந்தங்களை அந்தப் பள்ளி வாசலில் சந்தித்தது மிகவும் மகிழ்ச்சியளித்தது. சில வெளி மாநில சகோதரர்களும் தங்களின் அன்பை வெளிப்படுத்தினர். அவர்கள் நம் தமிழ்ச் சொந்தங்களின் நண்பர்கள்.

நண்பர் நிலாமுதீனுடன்...

அண்டை நாட்டைச் சேர்ந்த ஒருவர் புன்னகையோடு எங்கள் மூதாதையர்களும் இந்தியர்களே, ஹைதராபாத்தைச் சேர்ந்தவர்கள் என்று கைகொடுத்தார். இந்தியாவுடன் தன்னை அவர் தொடர்புபடுத்திக் கொண்ட விதம் ரசிக்கும்படி இருந்தது.

பெரியோர், இளையோர், குழந்தைகள் என எல்லாவற்றையும் ஒன்றாகப் பார்த்தது நன்றாக இருந்தது.

இஸ்லாமை சில வாரங்கள் முன்பு தழுவியிருந்த மார்ட்டின் என்ற சகோதரர் அன்போடு உரையாடினார். அவர் தென் அமெரிக்க நாட்டைச் சேர்ந்தவர்.

அங்கு பதினைந்து ஆண்டுகளாக இயங்கிவரும் அமெரிக்கா வாழ் தமிழ்நாடு முஸ்லிம் சங்கத்தினர், தங்களது பெருநாள் சந்திப்பு விருந்தில் பங்கேற்று உரையாற்ற வேண்டுமென அழைப்பு விடுத்தனர். நாம் பங்கேற்க வேண்டும் என்பதற்காகவே ஒரு வாரம் முன்னதாக நிகழ்ச்சியை நடத்துவதாகத் தெரிவித்தனர்.

மகிழ்வோடு இணங்கினோம்.

காடு சூழ்ந்த பூங்காவில் நடந்த அந்த பெருநாள் சந்திப்பு அன்பின் திருவிழாவாகவே அமைந்தது.

தமிழகத்தின் பல்வேறு பகுதிகளைச் சேர்ந்த சகோதர சகோதரிகள் பங்கேற்ற அந்நிகழ்வில் உரையும், உரையாடலும் நிகழ்ந்தன. இரண்டுமே இதயங்களை இணைக்கும் வகையிலும் இனிக்கும் வகையிலும் அமைந்தன.

சான்ஃப்ரான்சிஸ்கோ வளைகுடாப் பகுதியில் அமைந்துள்ள பல்வேறு பள்ளிவாசல்களுக்கு சென்று தொழும் வாய்ப்பு கிடைத்தது. ஒவ்வொரு பள்ளியையும் உருவாக்க முயன்ற சகோதரர்களின் உழைப்பை இறைவன் பொருந்திக் கொள்வானாக.

ஒவ்வொரு பள்ளிவாசலும் ஓர் அற்புதம். சான்பிரான்சிஸ்கோ வளைகுடாப் பகுதி தமிழ்ச் சங்கத்தினர் தமது பேரன்பைக் காட்டும் வகையில் ஓர் அருமையான விழா ஏற்பாடு செய்திருந்தனர். 'தந்தையர் தினம்' குறித்த சொற்பொழிவுக்கும் அழைப்பு விடுத்தனர்.

சாதி, மத வேறுபாடுகள் கடந்து தமிழ் தமிழர்கள் அனைவரையும் ஒருங்கிணைக்கும் அருமையை அவ்விழாவில் காண முடிந்தது. ●

மனம் மறக்கா
அமெரிக்கா

24

வெறுப்பு நெருப்பை அணைக்கும் மருந்து...!

தாய்நாட்டை விட்டு வெகுதூரம் சென்றபிறகு தாய் மண்ணைச் சேர்ந்தவர்கள் மீதான நேசமும், பாசமும் அதிகரிப்பது இயல்பு.

இந்தி பேசுவோரோ, தெலுங்கு பேசுவோரோ வெகுதூர தேசத்தில் இந்தியச் சகோதரர்கள் என்று இணைத்துக் கொள்ளும் மனநிலை தோன்றும். தாய்மொழித் தமிழ் பேசும் மக்களை தேசஉணர்வு என்ற விசையும் தமிழுணர்வு என்ற பசையும் இணைத்துப் பிணைத்து ஒட்டியிருக்கிறது.

தமிழ்நாட்டில் தமிழர்கள் தமிழை அலட்சியம் செய்தாலும், தமிழில் பேசுவதைத் தாழ்வாகக் கருதினாலும், உலகம் தமிழை தனது உச்சிமேல் வைத்து மெச்சிக் கொணடிருக்கிறது.

சான் ஃபிரான்சிஸ்கோ வளைகுடாப் பகுதி தமிழ் மன்றத்தினர் ஜூலை 16, 2022 அன்று ஓர் அருமையான விழாவினை ஏற்பாடு செய்திருந்தனர். அன்று உலகத் தந்தையர் நாள். தந்தையர் நாள் குறித்து உரையாற்றவும் கவியாற்றவும் உரையாடவும் தோழர்கள் அழைத்திருந்தனர்.

அவ்விழாவில் தமிழகத்தின் பிரபல இதயவியல் மருத்துவ நிபுணரும், இனமானப் பேராசிரியர் க.அன்பழகன் அவர்களின் மருமகனுமான மரு.சொக்கலிங்கம்

“இசைந்து கேட்போம், இதயம் காப்போம்” என்ற தலைப்பில் ஈர்ப்புமிகு உரையாற்றினர்.

தமிழக மக்களுக்குப் பாரம்பர்ய உணவு முறைகளின் சிறப்பை அறிவுப்பூர்வமாக எடுத்துரைக்கும் மருத்துவர் கு.சிவராமன்

“இயற்கை வழிமுறை கேட்போம், தலைமுறை காப்போம்” என்ற தலைப்பில் உரையாற்றினார்.

தந்தையர்தின சிறப்புக் கவிதையை வாசித்து, ‘யாதும் ஊரே; யாவரும் கேளிர்’ என்ற தலைப்பில் நாம் உரையாற்றினோம்.

‘தமிழ்ச்சமூகத்தை மேம்படுத்துவோம்’ என்ற இலட்சியத்தோடு 40 ஆண்டுகளாக இயங்கிவரும் தமிழ்மன்றத்தின் தலைவர் குமார் நல்லுசாமி, செயலாளர் ராஜேஷ் உள்ளிட்டோர் சிறப்பான ஏற்பாடுகளை செய்திருந்தனர்.

சான்பிரான்சிஸ்கோ
சிட்டி சென்டர் முன்பு...

சகோ. நைஸ் நிலாம் மற்றும் சான் ஃபிரான் சிஸ்கோ வளைகுடாப் பகுதி சகோதரர்கள் இந்நிகழ்வில் திரளாகப் பங்கேற்று சிறப்பித்தனர்.

அந்நாளின் மதியம் நடைபெற்ற தியாகப் பெருநாள் சிறப்பு சந்திப்பு சான் ஃபிரான்சிஸ்கோ வளைகுடா பகுதி புறநகரில் ஒரு வனம் சூழ்ந்த புல்வெளியில் மிகச்சிறப்பாக நடைபெற்றது.

யு.எஸ்.ஏ. தமிழ்நாடு முஸ்லிம் சங்கம் என்ற அமைப்பு இந்த சந்திப்பை மிகச்சிறப்பாக ஏற்பாடு செய்திருந்தது. இச்சங்கத்தில் 300க்கும் மேற்பட்ட முஸ்லிம் குடும்பங்கள் இணைந்துள்ளன.

வாணியம்பாடியைச் சேர்ந்த சகோ.ஷரீஃப் பஸ்லுல்லா இதன் தலைவராக உள்ளார். சங்கரன்பந்தல் திவான் ஒலி மற்றும் சகோதரர்கள் இதில் நிர்வாகிகளாக உள்ளனர்.

'ஃப்ரிமாண்ட்' பகுதியில் உள்ள ஒரு வனஞ்சூழ் பூங்காவில் நடந்த இந்த சந்திப்பில் லுஹர் தொழுகை மற்றும் அருமையான மதிய விருந்தைத் தொடர்ந்து சிறு சொற்பொழிவு நிகழ்த்தினோம்.

குழந்தைகளின் திருத்தமான அழகான திருக்குர்ஆன் ஓதலைக் கேட்டு மகிழ்ந்தோம்.

சமுதாயப்பணியில் அமெரிக்க முஸ்லிம்கள் முன்னணியில் இருந்து வருவதைக் கண்டு மகிழ்ந்தோம்.

●●●

கலிஃபோர்னியாவின் சான் ஃபிரான்சிஸ்கோ வளைகுடாப் பகுதியின் முஸ்லிம் கம்யூனிட்டி அசோசியேஷன் பள்ளிவாசல் சார்ந்து நிகழும் சமுதாய நலப்பணிகள் நம் மனத்தை ஈர்த்தன. பல பணிகள் தமுமுக இங்கு செய்துவரும் தொண்டுகளைப் போலிருந்ததில் மகிழ்ச்சி.

தனித்துவமான சில பணிகளும் மனத்தை ஈர்த்தன.

பத்தாண்டுகளாக மிகச்சிறப்பாக நடைபெற்று வரும் இத்தகைய மக்கள் பணியில் மதுரையைச் சேர்ந்த சகோ.சலீம் துராணி முன்னணியில் இருப்பது மேலும் மகிழ்ச்சியளித்தது.

இப்பணிகளை நேரில் காண ஒரு சனிக்கிழமை முற்பகல் சகோ. நிலாமுதீன், தம்பி ஆதில் ஆகியோர் உடன் பயண மானோம்.

எம்சிஏ பள்ளிவாசலில் சிந்தையைத் தூண்டும் சீர்மிகு ஜுும்ஆ உரை நிகழ்த்திய இமாம் அலாவுதீன் அல்பக்ரியைப் பற்றி சென்ற அத்தியாயத்தில் குறிப்பிட்டிருந்தோம்.

அவரது உடன்பிறந்த சகோதரரான சலாவுதீன் அல்பக்ரி மக்கள் பணியை தனது அருமையான கட்டளை தொனிக்கும் உரையின் மூலம் ஒருங்கிணைத்துக் கொண்டிருந்தார்.

நம்மை அறிமுகப்படுத்தியதும் கைகொடுத்து அணைத்து வரவேற்றார். அந்த அன்பின் அணைப்பில்(?) எலும்புகள் நொறுங்கியிருக்க வேண்டும்.

அந்த அணைப்பும் கைகுலுக்கலும் அவர்களின் உளத் தூய்மையையும், இறை திருப்திக்காக தன்னையே அர்ப்பணித்துக் கொண்ட தன்மையையும் உடல்மொழியால் உணர்த்தின.

வெயில் வறுத்தெடுக்கும் அக்காலைப் பொழுதில் வசதி மிகுந்த அந்தத் தன்னார்வலர்கள் ஓர்மையோடும் ஒழுங்கோடும் தொழுகைக்கு நிற்பதுபோல் அணிவகுத்து நிற்கின்றனர்.

பிறருக்கு உதவுவது, பசித்தோருக்கு உணவளிப்பது ஆகிய அறங்களை அல்லாஹ் திருமறையில் வலியுறுத்திக் கூறும் வசனங்களையும், அதைத் திருத்தூதர் நபி(ஸல்) அவர்கள் நிலைநாட்டிய விதத்தையும் சொற்பொழிவாளர் எடுத்துரைக்க உளத்தூய்மை அவ்விடத்தில் பல்கிப் பெருகுகிறது.

நமக்கு மிகச்சுவையான கேக் மற்றும் தேநீர் பழங்கள் ஆகியவற்றைக் கொண்டு வந்தனர்.

தர்மத்திற்காக வந்த பொருள்களை உண்ணலாகாது என்று தவிர்த்தோம். உடனே அந்தச் சகோதரர்கள் தர்மத்திற்காக உள்ள பொருள்கள் தனி, நமக்காக வாங்கியவை தனி என்று விவரித்தனர். அவர்களின் அணுகுமுறையும் இறைநம்பிக்கையும் நம்மைப் பெரிதும் ஈர்த்தது.

சகோ.சலாவுதீன் அல்பக்ரி பலஸ்தீனைச் சேர்ந்தவர். 'சப்போர்ட் லைஃப் ஃபவுண்டேஷன்' என்ற அமைப்பின் பல்வேறு உதவிகளைப் பெற்று அவற்றைத் தேவையுடை யோருக்குக் கொண்டுபோய் சேர்க்கின்ற அரும்பணியை மிகச்சிறப்பாக ஆற்றி வருகின்றனர்.

சான்பிரான்ஸ்கோ வளைகுடாப் பகுதி எம்சிஏ பள்ளிவாசலில்...

'சப்போர்ட் லைஃப் ஃபவுண்டேஷன்' மூலம் வழங்கப்படும் உதவிகள் முழுமையும் அமெரிக்க அரசால் வழங்கப்படுவதும், அவற்றை தேச, மத, பேதங்கடந்து அங்கு வாழும் அனைவருக்கும் வழங்கி வருகின்றனர் என்பது குறிப்பிடத்தக்கது.

'சப்போர்ட் லைஃப் ஃபவுண்டேஷன்' மூலம் மளிகைப் பொருள்கள், சமையலுக்குத் தேவையான இதரப்பொருட்கள் யாவும் தேவையுடைய மக்களைத் தேடிக்கொண்டு போய் சேர்க்கப்படுகின்றன.

'இக்னா' அமைப்பின் மூலம் பசித்தோர்க்கு உணவளித்தல் *(Feed the Hungry)* என்றொரு அருமையானத் திட்டம்.

சுடச்சுட சமைக்கப்பட்ட சுவையான உயர்தர உணவுகளை வீடற்று சாலையில் வசிக்கின்ற மக்களுக்கு நேரடியாகச் சென்று வழங்குகின்றனர். இவ்வாறு வாரம்விட்டு வாரம் உணவு வழங்கப்படுகிறது.

இந்த உணவை எதிர்பார்த்து கலிஃபோர்னியாவின் சாண்டா கிளாரா, சான் ஃபிரான்சிஸ்கோ, சான் ஹுசே, சாண்ட்டா குரூஸ், ஒக்லாண்ட் ஆகிய பகுதிகளில் நூற்றுக் கணக்கானோர் உள்ளனர்.

அமெரிக்காவிலும் உணவுக்கு வழியில்லாத எளிய மக்கள் உள்ளார்களா? என்று பலர் ஆச்சரியப்படலாம். உண்மையில் அத்தகையோர் அதிகமாகவே உள்ளனர்.

இத்தகைய அறப்பணிகள் முஸ்லிம்களால் அமெரிக்கா முழுவதுமே நடத்தப்பட்டு வருவதாக அன்பர்கள் கூறினர். அதன் ஒரு பகுதியைநேரில்காண்பதற்கும்,அதில் பங்கேற்பதற்கும் கலிஃபோர்னியா, டெக்சாஸ் ஆகிய மாகாணங்களில் நமக்கு வாய்ப்பு கிடைத்தது.

இப்பணிகள் மூலம் 2001ஆம் ஆண்டிலிருந்து ஏகாதிபத்திய ஃபாசிஸ்டுகளால் திட்டமிட்டு பரப்பப்பட்ட இஸ்லாமோஃ போபியா என்னும் இஸ்லாமிய வெறுப்பு நெருப்பு பெரிதும் அணைக்கப்பட்டுள்ளது.

முஸ்லிம்களை, முஸ்லிமல்லாத மக்கள் பெரிதும் நேசிப்பதற்கு இத்தொண்டுகள் முக்கியக் காரணமாகத் திகழ்கின்றன.

தமிழ்நாடு முஸ்லிம் முன்னேற்றக் கழகம் தமிழ்நாட்டில் செய்துவரும் குருதிக்கொடை, அவசர ஊர்தி உள்ளிட்ட மருத்துவ உதவிகள், பேரிடர் காலங்களிலும் கொடுந்தொற்று காலங்களிலும் மக்களுக்காக ஆற்றுகின்ற நிவாரணப் பணிகள் இங்கு மதவாத ஃபாசிஸ்டுகளின் வெறுப்பு அரசியலுக்கு மரண அடி கொடுத்துள்ளது போல இதுவும் அடைந்துள்ளது.

அனைத்துத் தரப்பு மக்களின் இதயங்களையும் தொடுவதற்கு இந்தப் பணிகள் அமெரிக்காவில் முஸ்லிம் சமுதாயத்திற்கு உதவுகிறது. அதை அம்மக்கள் பள்ளிவாசல் சார்ந்து தொடர்ச்சியாக செய்து வருகின்றனர். பிறர்நலம் நாடுவதே இஸ்லாம் என்ற நபிவழி உயிர்ப்பிக்கப்படும் போது வெறுப்பு நெருப்பு அணைக்கப்படுகிறது.

தாயகம் நோக்கி...

இன்னும் எழுத ஏராள செய்திகள் நல்லனவாக உள்ளன என்றாலும் அமெரிக்கப் பயணக் குறிப்புகளை இந்த அளவில் நிறைவு செய்வோம். அந்த பயணத்தின் மூலம் பெற்ற நல்லனுபவங்களைப் படிப்பினைகளை வாசகர்களோடு மக்கள் உரிமை இதழில் பகிர்ந்துள்ளோம்.

மக்கள் நலனுக்காக ஆற்றப்படும் தொண்டின் பரிமாணங்கள் பன்னாட்டு அளவில் எவ்வாறு உள்ளன என அறிந்து நாம் நமது தொண்டின் தரத்தை மேம்படுத்திக் கொள்ள இவை உதவலாம்.

இத்தொடரை எழுத ஊக்கப்படுப்படுத்திய தலைவர் பேரா. முனைவர் ஜவாஹிருல்லா, மக்கள் உரிமை இணை ஆசிரியர் அபிராமம் அப்துல் காதர், தட்டச்சு செய்த உஸ்மான், அழகாக வடிவமைத்த நாகூர் எஸ்.எம்.ஏ.காதர், என்னைப் பெருமுயற்சி எடுத்து அமெரிக்காவின் ஃபெட்னா மாநாட்டிற்கு அழைத்த ஃபெட்னா நிர்வாகிகள், அருமை நண்பர்கள் ஆரூர் பாஸ்கர், அலிவலம் சீனிவாசன், கூத்தாநல்லூர் நிலாமுதீன், அதிராம் பட்டினம் இஸ்மாயில், ஷஃபி, சாவன்னா, டாலஸ் சுல்தான் உள்ளிட்ட சகோதரர்களுக்கும் அவர்தம் குடும்பத்தார்க்கும் மனமார்ந்த வரவேற்பைத் தந்த வாசகர்களுக்கும் இதயங்கனிந்த நன்றிகள்.

மீண்டும் சந்திப்போம். ●

(அமெரிக்க பயணம் நிறைவடைந்தது)

குறிப்புகள்